Ggeyeena

Dr. Jaerock Lee

1

2

1 Omusaayi ogukulukuta okuva mu myoyo emingi egitaalokolebwa egyo egiri mu kubonyaabonyezebwa obubi ennyo nga gukoze omugga omunene ogukulukuta.

2 Ababaka b'omu ggeyeena ababi ennyo, balina ffeesi ezifaananamu ez'abantu oba ez'ebisolo eby'enjawulo ebibi ennyo ate ebitali biyonjo.

3 Ku mabbali ge nnyanja ey'omusaayi waliwo abaana bangi abali mu kubonaabona abava ku myaka 6 okutuuka ku abo abatannayingira myaka gya kivubuka. Okusinziira ku bunene bw'ebibi byabwe, emibiri gyabwe giziikiddwa munda ddala mu kisaalu okumpi n'omugga ogw'omusaayi.

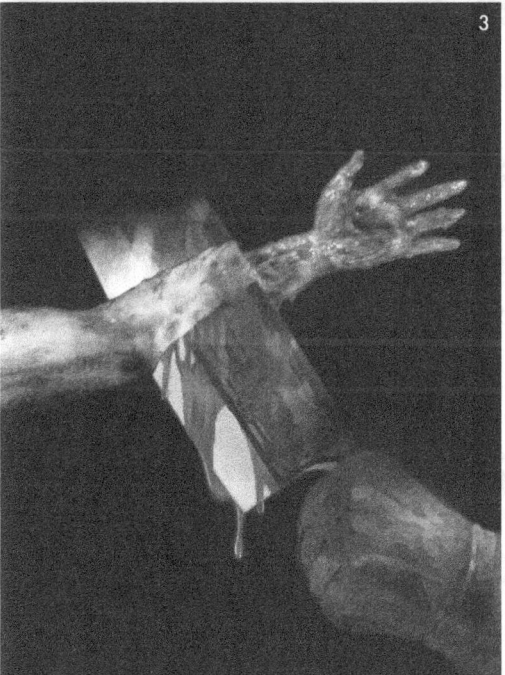

1 Ekidiba kya kazambi ekiwunya obubi ennyo nga kijjudde ebiwuka ebitabalika ebiruma era ebiwuka bino byeripye ku mibiri gy'emyoyo gino egyasibibwa mu kidiba kino. Ebiwuka bino bifumita emibiri gyabwe okuva wansi n'okuyita mu lubuto.

2,3 Okuva ku kambe akampi akasongovu okutuuka ku mbazzi, Omubaka wa ggeyeena omunene ennyo eyakula nga embizzi ategeka ebyuma eby'abuli kika eby'okubonyaabonya. Omubaka wa ggeyeena ono asalasala obufifi obw'omubiri gw'omwoyo ogusibiddwa ku muti.

Ensuwa ewunya obubi ennyo ng'erimu amazzi ag'esera ennyo. Emyoyo egyasalirwa emisango nga gyalinga mwami na mukyala mwe ginnyikibwa, gumu ku gumu. Omwoyomu bwe guba guli mu kubonyaabonyezebwa, omulala guba gwegayirira ekibonerezo kya munne okugira nga kirwaawoko.

Nga bwasamye nnyo nga amannyo g'abwo amasongovu gonna galabika, obuwuka obutono obutabalika bugoba emyoyo nga bwe giwalampa akasozi akagulumivu ennyo. Emyoyo gino egiba gitidde ennyo giba gijjudde obuwuka buno era ne gigwa wansi.

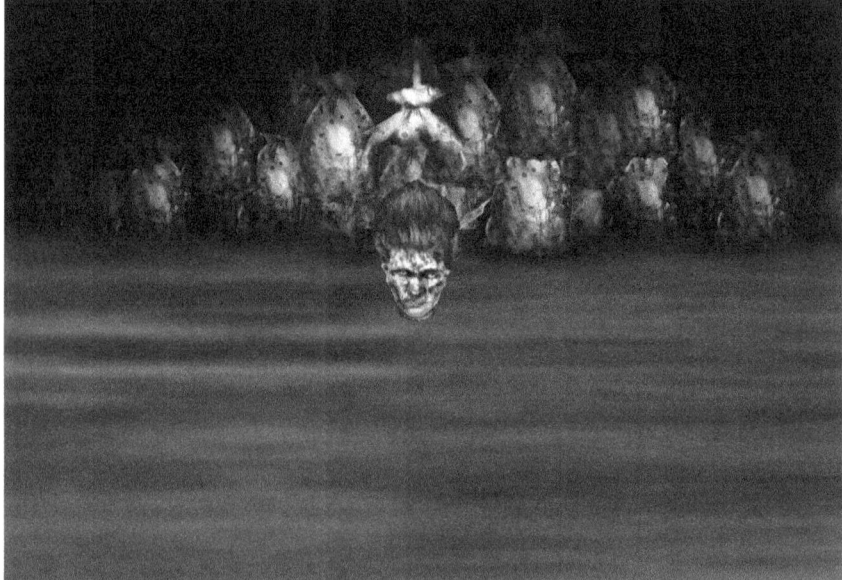

Emitwe egitabalika egitiisa ennyo egy'abo abaamugoberera nga bawakanya Katonda n'obulamu bwagyo bwonna giruma omubiri gwonna ogwa bayeekera n'amannyo gaabwe amasongovu. Okubonyaabonyezebwa kuno kusinga ebiwuka okukwerippako nga bwe bikuluma oba omubiri ogutaaguddwataaguddwa ebisodde.

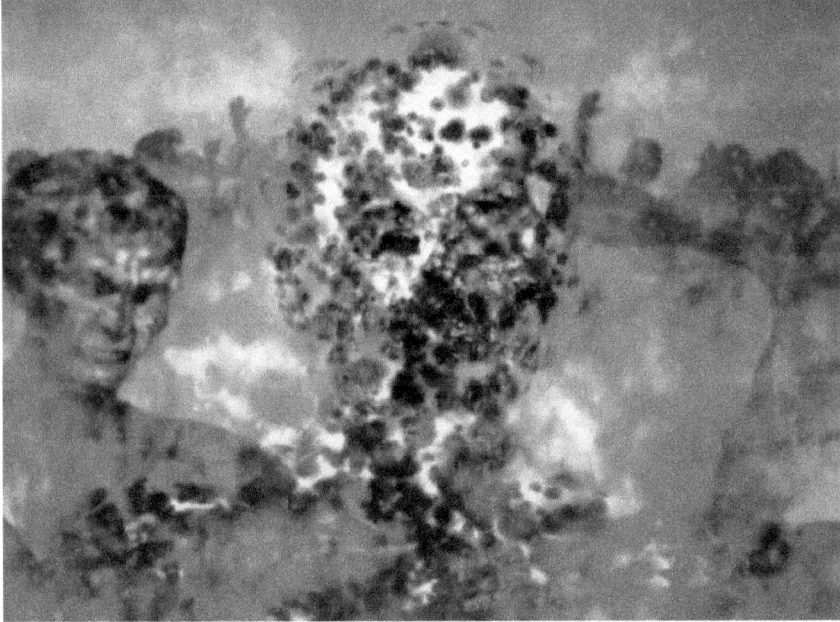

Emyoyo egisuulibwa mu nnyanja ey'omuliro gibuuka mu bulumi nga bwe gireekanira waggulu. Amaaso gaabwe gatundukayo nga gamyuse gonna, n'obwongo bwabwe ne bwatika era amazzi nga gagivaamu.

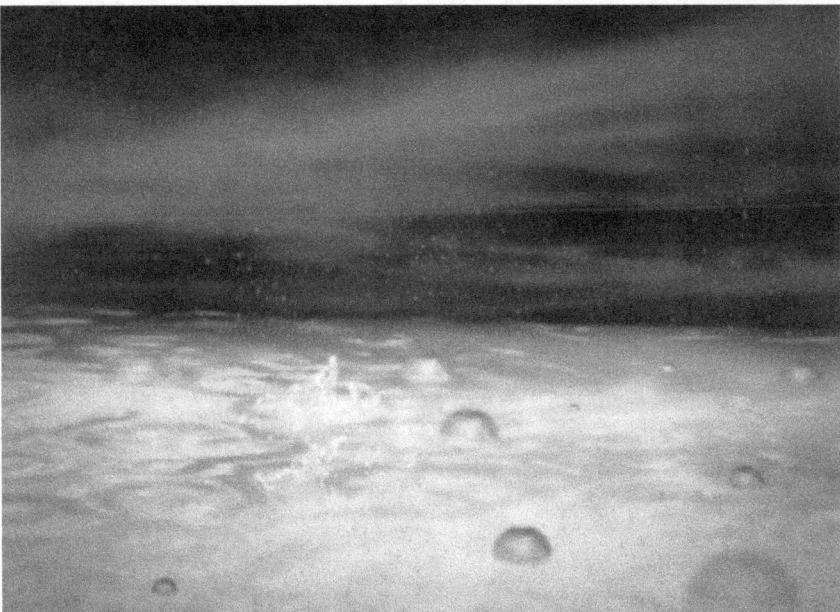

Katugambe omuntu aba wakunywa amazzi agannyikiddwamu ekyuma ekibabiridde okuva mu muliro ogubumbujja, ebitundu bye eby'omunda byonna biggya. Emyoyo egisuuliddwa mu nnyanja erimu ekirungo kya sulfur eyesera tegisobola kukaaba wadde okulowooza wabula obulumi bugittira omwo mu kimugunyu.

"Awo olwatuuka omwavu n'afa n'asitulibwa bamalayika
n'assibwa mu kifuba kya Ibulayimu, n'omugagga n'afa, n'aziikibwa.
N'ayimusiza amaaso ge mu Magombe ng'ali mu kulumizibwa,
n'alengera Ibulayimu wala, ne Laazaalo ng'ali mu kifuba kye.
N'ayogerera waggulu n'agamba nti,
'Kitange Ibulayimu, nsaasira, otume Laazaalo,
annyike ensonda y'olunwe lwe mu mazzi,
ampozeewoze olulimi lwange, kubanga, nnumwa mu muliro guno.'
Naye Ibulayimu n'amugamba nti, 'Mwana wange,
jjukira nga waweebwanga ebirungi byo mu bulamu bwo,
era ne Laazaalo bw'atyo ebibi,
naye kaakano ye asanyusibwa ggwe olumwa.
Er ebyo byonna,
wakati waffe nammwe waliwo olukonko oluwanvu olwateekebwawo,
abaagala okuva eno okujja gye muli balemenga okuyinza,
era balemenga okuva eyo okuyitawo okujja gye tuli.'
N'agamba nti, 'Kale, nkwegayiridde, kitange,
omutume mu nnyumba ya kitange,
kubanga nnina ab'oluganda bataano,
abategeeze baleme okujja nabo mu kifo kino ekirimu okulumwa.'
Naye Ibulayimu n'agamba nti,
'Balina Musa ne bannabbi babawulirenga abo.'
N'agamba nti, 'Nedda, kitange,
Ibulayimu, naye omu ku bafu bw'aligenda gye bali balyenenya!'
N'amugamba nti, 'Nga bwe batawulira Musa ne bannabbi,
era newakubadde omu ku bafu bwalizuukira, talibakkirizisa.'"

Lukka 16:22-31

Ggeyeena

*[Mu Ggeyeena] envunyu yaabwe gye tefiira,
so n'omuliro teguzikira.
Kubanga buli muntu alirungibwamu omuliro.*
(Makko 9:48-49)

Ggeyeena

Dr. Jaerock Lee

Ggeyeena ekya Dr. Jaerock Lee
Kyafulumizibwa aba Urim Books (Abakulirwa: Kyungtae Noh)
73, Yeouidaebang-ro 22-gil, Dongjak-gu, Seoul, Korea
www.urimbooks.com

Obuyinza bwonna tubwesigaliza. Ekitabo kino oba ebitundu byakyo tebirina kufulumizibwa nate mu ngeri yonna, oba okuterekebwa mu ngeri yonna, oba okufulumizibwa mu kika kyonna ng'okwokyesaamu, okunaazaamu kkoppi, awatali lukusa okuva eri abaakifulumya.

Okujjako nga kiragiddwa, Ebyawandiikibwa byonna bisimbuddwa mu Ekitabo Ekitukuvu ekiyitibwa BAIBULI Ekyafulumizibwa aba KAMPALA THE BIBLE SOCIETY OF UGANDA.

Obwannannyini © 2016 bwa Dr. Jaerock Lee
ISBN: 979-11-263-0184-3   03230
Obwannannyini ku kuvunnula © 2011 bwa Dr. Esther K. Chung.
Ng'akkiriziddwa.

Kyasooka okufulumizibwa mu lulimi olu Korea aba Urim Books mu 2002

Kyasooka kufuluma mu Decemba 2016

Kyasunsulibwa Dr. Geumsun Vin
Kyalungiyizibwa Ekitongole ekisunsuzi ekya Urim Books
Kyakubibwa mu kyapa aba Prione Printing Company
Ayagala okumanya ebisingawo: yita mu mukutu gwa urimbook@hotmail.com

Eby'omuwandiisi

Nsuubira nga ekitabo kino kijja kukola ng'omugaati ogw'obulamu ogutwala emyoyo egitabalika eri eggulu eddungi nga kibasobozesa okutegeera okwagala kwa Katonda oyo ayagala abantu bonna okufuna obulokozi...

Ennaku zino, abantu bwe bawulira ebikwatagana ku Ggulu ne Ggeyeena, abasinga baddamu mu ngeri ewakana, nga bagamba, "Nyinza ntya okukkiriza ebintu ng'ebyo mu biseera bino nga sayansi atangazizza buli kintu?" "Wali obaddeko mu ggulu oba Ggeyeena?" oba "Ebintu bino obimanya omaze kufa."

Olina okukimanyirawo nti waliyo obulamu obulala oluvanyuma lw'okufa. Obudde bujja kuba buyise nnyo gwe okukitegeera nga oli mu kussa omukka ogusembayo. Ng'omaza okussa omukka ogusembayo ku nsi kuno, ojja kuba tolina mukisa mulala okubeera mu bulamu bwayo. okujjako okulindirira

Ggeyeena

okusala omusango okwa Katonda kwokka, ng'omwo mwojja okukungula bye wasiga ku nsi kuno ebikulindiridde.

Okuyita mu Baibuli, Katonda yatubikkulira dda ekkubo ery'obulokozi, okubeerayo kw'eggulu ne Ggeyeena, n'omusango ebijja okubaawo okusinziira ku kigambo kya Katonda. Yakola ebintu eby'ewunyisa eby'amaanyi Ge okuyita mu ba nnabbi mu Ndagaano Enkadde ne Yesu.

Ne leero, Katonda akulaga nti Mulamu nti era Baibuli ntuufu ng'alaga eby'amagero, obubonero, n'ebintu ebirala eby'ewunyisa eby'amaanyi Ge eby'awandiikibwa mu Baibuli okuyita mu baddu be abeesigwa era abamugondera. Wadde obujjulizi bw'ebyo bye Yakola bungi, wakyaliyo abatakkiriza. N'olwekyo Katonda alaze abaana Be eggulu ne Ggeyeena, era yabakubiriza okuweera obujjulizi ebyo bye balabye eri ensi yonna.

Katonda kwagala nange yambikkulira eggulu ne Ggeyeena mu bujjuvu era n'ankubiriza okutambuza obubaka buno mu nsi yonna ng'okudda kwa Kristo okw'okubiri bwe kuli okumpi ennyo.

Bwe n'abuulira obubaka obukwata ku bintu nga bwe binaabeera mu Ntaana eya Wansi eya ggeyeena, nnalaba abantu bangi abaali bawuliriza nga bakankana olw'okutya n'okwerariikirira n'okukaaba olw'emyoyo egigudde mu bibonerezo by'omu Ntaana eya Wansi. Emyoyo egitalokoleddwa gibeera mu Ntaana eya Wansi okutuusa nga Okusala Omusango ogw'oku Namulondo Ennene nga kumaze okubaawo. Ng'okusala omusango kuwedde, emyoyo egitalokoleddwa gijja kusuulibwa mu nnyanja ey'omuliro oba ennyanja ey'ekirungo kya sulfur. Ebibonerezo by'omunyanja ey'omuliro n'ennyanja erimu ekirungo kya Sulfur ayokya, bisingako kw'ebyo eby'omu Ntaana eya wansi.

Mpandiika ebyo Katonda bya mbikulidde okuyita mu mulimu gw'Omwoyo Omutukuvu nga by'esigamiziddwa ku kigambo kya Katonda mu Baibuli. Ekitabo kino kiyinza okuyitibwa obubaka obw'okwagala okwa ddala okuva eri Katonda Kitaffe oyo ayagala okulokola abantu bangi nga bwe kisoboka okuva mu kibi ng'abasobozesa okumanyirawo ennaku- etakoma ey'omu Ggeyeena.

Katonda awaddeyo omwana We okufa ku musalaba okulokola buli muntu. Era ayagala okulemesa wakiri omwoyo gumu okugwa mu Ggeyeena embi bwetyo. Katonda atwala omwoyo ogwo ogumu okuba nga gusinga ensi yonna era abeera musanyufu nnyo era Akyagala nnyo, era ajjaguliza awamu n'eggye ery'omu ggulu wamu ne bamalayika omuntu bwalokolebwa mu kukkiriza.

Ggeyeena

Ekitiibwa kyonna n'okwebaza mbiddiza Katonda oyo annung'amiza okufulumya ekitabo kino. Nsuubira nti mujja kutegeera omutima gwa Katonda oyo atayagala kufiirwa wadde omwoyo ogumu okugwa mu Ggeyeena, nti era mujja kufuna okukkiriza okutuufu. Era, Mbakubiriza n'omutima gwange gwonna okubuulira enjiri eri emyoyo egyo gyonna egidduka eri Ggeyeena.

Era Nneebaza aba Urim Books wamu n'abakozi baabwe omuli Geumsun Vin, Akulira Ekitongole Ekisunsuzi. Nsuubira nti abasomi bonna bajja kutegeera nti ddala waliyo obulamu obw'olubeerera oluvanyuma lw'omuntu okufa n'okusala Omusango, n'okufuna obulokozi obutuukiridde.

Jaerock Lee

Ennyanjula

Nsaba nti Emyoyo egitabalika gijja kusobola okutegeera ennaku ya Ggeyeena, gyenenye, gikomewo okuva mu kkubo ery'okufa, gisobole okulokolebwa...

Omwoyo Omutukuvu yalung'amya Dr. Jaerock Lee, omusumba Omukulu ow'ekanisa ya Manmin Central Church okuyiga ku bikwatagana n'obulamu obuddako oluvanyuma lw'okufa n'ennaku ya Ggeyeena. Tukung'aanyizza obubaka bwe era leero tufulumya ekitabo *Ggeyeena* abantu abatabalika basobole okumanya ku bikwatagana ku ggeyeena nga tutangaaza bulungi nnyo nga tetulina kye tuleseeyo ku nsonga nga bweziri. Ekitiibwa kyonna n'okwebaza mbidiza Katonda.

Abantu bangi ennaku zino bagala nnyo okumanya ku bulamu obuddako ng'omuntu amaze okufa, naye kiba tekisoboka gye tuli okufuna eky'okuddamu kyonna n'obusobozi bwaffe obuliko ekkomo. Ekitabo kino kye kinyonyola mu bujjuvu Ggeyeena, eyo

Ggeyeena

etubikuliddwa mu bitundutundu mu Baibuli. Ekitabo *Ggeyeena* kirimu essuula mwenda.

Essuula 1 "Ddala Waliyo Eggulu ne Ggeyeena?" Eraga enkula y'Eggulu ne Ggeyeena okutwaliza awamu. Okuyita mu lugero lw'omusajja omugagga ne Laazaalo eyali asabiriza mu Lukka 16, Entaana eya Waggulu – eyo emyoyo egirokoleddwa okuva mu Ndagaano Enkadde gye gibadde girindiranga – ne Ntaana eya Wansi – eyo emyoyo egitalokoleddwa gye gibonyaebonyezebwa okutuuka ku lunaku olw'omusango binyonyolwa.

Mu ssuula 2 "Ekkubo ery'Obulokozi Ery'abo abataawulira ku Njiri" Okusala omusango okusinziira ku nneeyisa y'omuntu kyogerwako. N'engeri emisango mingi gye ginaasalibwamu n'abyo by'ogerwako: embuto ezikuliddwamu oba ezivuddemu zokka, abaana okuva nga bato okutuuka ku myaka etaano, n'abaana wakati w'emyaka omukaaga ne bwe baba nga tebanatuuka mu myaka egy'ekivubukas.

Essuula 3 "Entaana eya Wansi N'enfaanana y'ababaka b'omu Ggeyeena" ennyonyola ku kifo awalindibwa mu ntaana eya wansi. Abantu, oluvanyuma lw'okufa, okubeera mu kifo kino awalindibwa mu Ntaana eya Wansi okumala ennaku ssatu okudirirwa okusindikibwa mu bifo ebirala eby'enjawulo mu

Ennyanjula

Ntaana eya Wansi okusinziira ku bunene bw'ebibi by'omuntu, n'okubonyaabonyezebwa okw'amaanyi okutuuka ku lunaku olw'omusango ku Namulondo Ennene enjeru. Enfaanana y'emyoyo emibi egifuga Entaana eya Wansi nayo enyonyonyolebwa.

Essuula 4 "Ebibonerezo mu Ntaana eya Wansi ebiteekebwa ku Baana abataalokolebwa" ewa obujjulizi nti waliwo abaana abamu abakyali abato nga tebasobola kwawula wakati w'ekirungi ne kibi abatafuna bulokozi Ebibonerezo eby'enjawulo ebiweebwa abaana byawulwamu okusinziira ku myaka: ebibonerezo ku baana abakulwamu nga tebannaazaalibwa n'abo abayonka, abaavula, abaana ab'emyaka esatu okutuuka ku etaano,n'abaana wakati w'emyaka omukaaga n'ekkumi n'ebiri.

Essuula 5 "Ebibonerezo by'Abantu abafa nga basusse Emyaka egy'ekivubuka," ennyonyola ebibonerezo ebiweebwa abantu abakuze nga bwe bisinga kw'ebyo ebiweebwa abavubuka. Ebibonerezo eby'omuntu yenna assuka emyaka ekkumi n'esatu byawulwamu emirundi ena okusinziira ku bunene bw'ebibi byabwe. Ebibi by'omuntu gye bikoma okuba eby'amaanyi, n'ebibonerezo byafuna gye bikoma okuba eby'amaanyi.

Essuula 6 "Ebibonerezo ebiweebwa olw'okuvvoola Omwoyo Omutukuvu," ejjukiza omusomi nti nga bwe kyawandiikibwa mu Baibuli, waliwo ebibi ebitasonyiyibwa nga byo toyinza

Ggeyeena

kubyenenya. Essuula eno era ennyonyola ebibonerezo eby'enjawulo okuyita mu by'okulabirako ebinyonyoddwa mu bujjuvu.

Essuula 7 "Obulokozi mu kiseera ky'Okubonyaabonyezebwa Okw'amaanyi" etulabula nti tuli mu biro eby'oluvanyuma era okudda kwa Mukama mu bbanga kuli kumpi nnyo.essuula eno ennyonyola mu bujjuvu ekiribaawo mu kiseera nga Mukama akomyewo mu bbanga, nti abantu abalirekebwa emabega mu biseera by'okubonyaabonyezebwa ennyo balisobola okulokolebwa okuyita mu kufa ng'abajjulizi. Era ekukubiriza okwetegeka ng'omugole omukazi owa Mukama Yesu osobole okwetaba ku Mbaga ey'Obugole ey'Emyaka Omusanvu, oleme n'okusigala emabega mu kiseera ng'okukwakkula kuwedde.

Essuula 8 "Ebibonerezo mu Ggeyeena oluvanyuma lw'omusango" Eyongera okunnyonyola mu bujjuvu ku kusala omusango ku nkomerero,nga emyoyo egitalokoleddwa bwe girisindikibwa mu ggeyeena okuva mu Ntaana eya Wansi, ebika by'ebibonerezo ebinaabateekebwako, n'emyoyo emibi gye gijja okusibira wamu n'ebibonerezo byagyo.

Essuula 9 "Lwaki Katonda Kwagala Yalina okutegeka Ggeyeena?" ennyonyola okwagala kwa katonda okungi era okukulukuta, okwayolesebwa mu kuwaayo Omwana We Omu Yekka. Essuula esembayo ennyonyola mu bujjuvu lwaki Katonda

Ennyanjula

ono ajjudde okwagala yalina okukola Ggeyeena.

Ggeyeena era kikuzaamu amaanyi okwongera okutegeera okwagala kwa Katonda oyo ayagala emyoyo gyonna okufuna obulokozi n'obutasumagirira mu kukkiriza. Ggeyeena kimaliriza nga kikukubiriza okukulembera emyoyo mingi nga bw'osobola eri ekkubo ery'obulokozi.

Katonda ajjudde okusaasira n'ekisa, n'okwagala kwennyini. Leero, n'omutima gwa taata alindiridde omwana eyazaawa okukomawo, Katonda n'omutima gwonna alindiridde emyoyo gyonna egyabula okwegyako ebibi gisobole okufuna obulokozi.

N'olwekyo, nsuubira n'esuubi lyonna nti emyoyo egitabalika okwetooloola ensi yonna gijja kutegeera n'okuzuula nti Ggeyeena eno embi bweti mazima gyeri, era gikomewo eri Katonda mangu ddala. Era nsaba mu linnya erya Yesu Kristo nti abakkiririza mu Mukama bonna bajja kuba bulindaala era nga tebasumagidde, era bakulembere abantu bangi nga bwe kisoboka eri eggulu.

Geumsun Vin
Akulira Ekitongole Ekisunsuzi

Ebirimu

Eby'omuwandiisi

Ennyanjula

Essuula 1 –

"Ddala Waliyo Eggulu ne Ggeyeena?" • 1

1. Eggulu ne Ggeyeena ddala gye biri
2. Olugero lw'Omusajja Omugagga ne Laazaalo Asabiriza
3. Enkula y'Eggulu ne Ggeyeena
4. Entaana eya Waggulu n'Olusuku lwa Katonda
5. Entaana eya wansi, Ekifo Awalindirwa era Ekkubo erigenda eri mu Ggeyeena

Essuula 2 –

Ekkubo ery'Obulokozi Ery'abo abataawulira ku Njiri • 29

1. Okusala omusango okusinziira ku mutima gw'omuntu
2. Abaana abatannazaalibwa abagiddwamu oba abakuliddwamu
3. Abaana okuva nga bakazaalibwa okutuuka ku myaka Ettaano
4. Abaana okuva ku myaka mukaaga okutuuka nga tebannayingira mu gyakivubuka
5. Adamu ne Kaawa baali balokole?
6. Kiki eky'atuuka ku mutemu ey'asooka Kayini?

Essuula 3 –

Entaana eya Wansi N'enfaanana y'ababaka b'omu Ggeyeena • 65

1. Ababaka B'omu Ggeyeena batwala Abantu eri Entaana eya Wansi
2. Ekifo Awalindirwa ekikutwala eri Ensi ey'Emyoyo Emibi
3. Ebibonerezo eby'enjawulo mu Ntaana eya Wansi eby'ebibi eby'enjawulo
4. Lusifa Yafuga Entaana eya Wansi
5. Enfaana y'Ababaka B'omu Ggeyeena

Essuula 4 –

Ebibonerezo mu Ntaana eya Wansi ebiteekebwa ku Baana abataalokolebwa • 85

1. Embuto ezitaazaalibwa n'abayonka
2. Abaavula
3. Abaana abakuze nga basobola okutambula obulungi n'okwogera
4. Abaana okuva ku Myaka Mukaaga okutuuka ku kkumi n'ebiri
5. Abavubuka Abaatyoboola Nnabbi Elisa

Essuula 5 –

Ebibonerezo by'Abantu abafa nga basusse Emyaka egy'ekivubuka • 105

1. Omutendera ogusooka ogw'ekibonerezo
2. Omutendera ogw'okubiri ogw'ekibonerezo
3. Ekibonerezo ku Falaawo
4. Omutendera ogw'okusatu ogw'ekibonerezo
5. Ekibonerezo ku Pontiyaasi Piraato
6. Ekibonerezo ku Saulo Kabaka Ey'asooka owa Israeri
7. Ekibonerezo eky'okumutendera ogw'okuna ku Yuda Esukaliyooti

Essuula 6 –

Ebibonerezo ebiweebwa olw'okuvvoola Omwoyo Omutukuvu • 155

1. Okubonaabonera mu nsuwa ey'amazzi agesera
2. Okulinnya akasozi akagulumivu ennyo
3. Bookyebwa mu Kamwa n'ekyuma ekyokya
4. Ebyuma ebinene ennyo ebibonyaabonya
5. Okusibibwa ku nduli y'omuti

Essuula 7 –

Obulokozi mu kiseera ky'Okubonyaabonyezebwa Okw'amaanyi • 187

1. Okudda kwa Kristo n'okukwakkula
2. Okubonaabona okw'amaanyi okw'emyaka omusanvu
3. Obujjulizi mu biseera by'okubonyaabonyezebwa okw'amaanyi
4. Okudda kwa Kristo okw'omulundi ogw'okubiri n'Ekyasa
5. Okwetegeka okuba omugole omukazi omulungi ennyo owa Mukama

Essuula 8 –

Ebibonerezo mu Ggeyeena oluvanyuma lw'omusango • 215

1. Emyoyo egitalokoleddwa gisuulibwa mu Ggeyeena oluvanyuma lw'omusango
2. Ennyanja ey'omuliro n'ey'ekirungo kya Sulfur ey'esera
3. Abamu Basigala mu Ntaana eya Wansi wadde ng'okusala Omusango Okw'amaanyi kuwedde
4. Emyoyo Emibi gijja kusibibwa mu Kinnya Abiisi
5. Dayimooni zo zinaasibira wa?

Essuula 9 –

Lwaki Katonda Kwagala Yalina okutegeka Ggeyeena? • 253

1. Obugumiikiriza n'Okwagala kwa Katonda
2. Lwaki Katonda Kwagala Yalina Okutegeka Ggeyeena?
3. Katonda Ayagala Abantu bonna okufuna Obulokozi
4. Bunyisa Enjiri'amaanyi nga teweetya

Essuula 1

"Ddala Waliyo Eggulu ne Ggeyeena?"

1. Eggulu ne Ggeyeena ddala gye biri
2. Olugero lw'Omusajja Omugagga ne Laazaalo Asabiriza
3. Enkula y'Eggulu ne Ggeyeena
4. Entaana eya Waggulu n'Olusuku lwa Katonda
5. Entaana eya wansi, Ekifo Awalindirwa era Ekkubo erigenda eri mu Ggeyeena

"Yesu n'abaddamu n'abagamba nti, 'mmwe muwereddwa okumanya ebigambo eby'ekyama eby'obwakabaka obw'omu ggulu naye obo tebaweereddwa.'"
- Matayo 13:11 -

"N'eriiso lyo bwe likwesittazanga, oliggyangamu: waakiri ggwe okuyingira mu bwakabaka bwa Katonda ng'oli wa ttulu, okusinga okusuulibwa mu Ggeyeena, ng'olina amaaso gombi."
- Makko 9:47 -

Abantu abasinga abatwetooloodde batya okufa era babeera mu kutya wamu n'okwerariikirira okufiirwa obulamu bwabwe. Wabula wadde guli gutyo, tebanoonya Katonda kubanga tebakiririza mu bulamu oluvanyuma lw'okufa. Era, n'abantu bangi abatuula okukkiriza kwabwe mu Kristo n'abo baling abalemereddwa okutambulira mu kukkiriza. Olw'obusirusiru, abantu babusaabuusa era ne batakkiririza mu bulamu oluvanyuma lw'okufa, wadde nga Katonda yatubikkulira dda obulamu oluvanyuma lw'okufa, eggulu,ne Ggeyeena mu Baibuli. Obulamu oluvanyuma lw'okufa ye nsi ey'omwoyo etalabika. N'olwekyo, abantu tebasobola kugitegeera okujjako nga Katonda abakkiriza okugimanya. Nga bwe kyawandikibwa mu Baibuli nga kidding'anibwa, eggulu ne Ggeyeena ddala gye biri. Yensonga Lwaki Katonda alaga eggulu ne Ggeyeena abantu bangi okwetooloola ensi yonna era n'abaganya okukibuulira mu buli kanyomero k'ensi yonna.

"Eggulu ne Ggeyeena ddala Gye biri."

"Eggulu kifo kirungi nnyo era ekisanyusa kyokka nga yo Ggeyeena kye kifo ekitiisa era ekyennyamiza ennyo n'okusinga bw'olowooza. Nkukubiriza n'amaanyi gonna, gwe okutandika okukkiririza mu kubaayo kw'obulamu oluvanyuma lw'okufa."

"Kiri gyoli okuba nga onoogenda mu ggulu oba mu ggeyeena. Gwe okwewala okugwa mu ggeyeena, olina okwenenya ebibi byo byonna mu bwangu ddala era okkirize Yesu Kristo."

Ggeyeena

"Mazima ddala Ggeyeena gyeri. Eyo abantu gye babonaabonera mu muliro emirembe n'emirembe. Era kituufu nti ddala eggulu gyeriri. Eggulu lisobola okuba amaka go ag'olubeerera."

Katonda kwagala yanyinyonyola ebintu ebikwata ku ggulu okuva mu mwezi gw'okutaano omwaka gwa 1984. Era Yatandika n'okunyinyonyola Ggeyeena mu bujjuvu okuva mu mwezi ogw'okusatu omwaka gwa 2000. Yang'amba okusasaanya bye nnali ngize ku ggulu ne Ggeyeena eri ensi yonna wabeere nga tewali wadde omuntu omu anaabonerezebwa mu nnyanja ey'omuliro oba mu nnyanja y'ekirungo kya sulfur ekiri mu kwesera.

Katonda lumu yandaga omwoyo ogwali gubonaabona nga bwe gulaajana saako okwejjusa mu Ntaana eya Wansi, ng'eyo abo bonna abalina okugenda mu ggeyeena gye balindira mu nnaku. Omwoyo guno gw'agaana okukkiriza Mukama wadde nga gw'awulira enjiri emirundi mingi era bwe gutyo oluvanyuma ne gugwa mu ggeyeena omuntu mwe gwali bwe yali amaze okufa. Bino wammanga bye gwayogeranga:

Mbala ennaku.
Mbala, ne mbala, ne mbala
naye teziggwaayo.
N'andigezezaako okukkiriza Yesu Kristo
Bwe baamumbuuliranga.
Kati ng'enda kukola ntya?

"Ddala Waliyo Eggulu ne Ggeyeena?"

Kati sikyalina kye nziza
ne bwenejjusa essaawa eno.
Simanyi kya kukola kati.
Njagala okudduka mu kubonaabona kuno
Naye simanyi kya kukola.

Mbala olunaku lumu, ennaku bbiri, ne nnaku ssatu.
Naye ennaku ne bwe nzibala mu ngeri eno,
Kati manyi nti tekigasa.
Omutima gwange guyuziddwamu.
N'akola ntya? N'akola ntya?
Nyinza ntya okuva mu bulumi buno obungi?
Nkole ntya, ooo, omwoyo gwange nga gulabye?
Nyinza ntya okukigumira kino?

1. Eggulu ne Ggeyeena ddala gye biri

Abaebulaniya 9:27 kiwandiikiddwa nti *"Era ng'abantu bwe baterekerwa okufa omulundi ogumu, oluvannyuma lw'okwo musango."* Abasajja bonna n'abakazi balina okufa era bwe bamala okussa omukka ogw'enkomerero, bagenda mu ggulu oba Ggeyeena oluvanyuma lw'omusango.

Katonda ayagala buli omu okuyingira mu ggulu kubanga Ye kwagala. Katonda yategeka Yesu Kristo ng'ebiro tebinnabaawo era n'aggulawo oluggi lw'obulokozi eri abantu bonna ekiseera bwe kyali kituuse. Katonda tayagala wadde omwoyo ogumu

Ggeyeena

okugwa mu Ggeyeena.

Abaruumi 5:7-8 woogera nti *"Kubanga kizibu omuntu okufiirira omutuukirivu, kubanga omulungi mpozzi omuntu aguma n'okumufiirira. Naye Katonda atenderezesa okwagala kwe ye gye tuli, kubanga bwe twali nga tukyalina ebibi Kristo n'atufiirira."* Mazima ddala, Katonda yalaga okwagala Kwe gye tuli nga Awaayo Omwana We omu yekka nga talinaako kye Yeerekeddeyo.

Oluggi lw'obulokozi lugule ddala nti omuntu yenna akkiriza Yesu Kristo ng'omulokozi we ajja kulokolebwa era ayingire eggulu. Wabula, abantu bangi tebagala kumanya ku bikwatagana ku ggulu oba Ggeyeena ne bwe babiwulira nga byogerwako. Era, abamu bayigganya n'abantu ababuulira enjiri.

Ekisinga okukwasa ennaku be bantu abagamba nti bakkiririza mu Katonda, kyokka nga bakyayagala ensi era ne bakola ebibi kubanga tebalina ssuubi lya ggulu era tebatya na ggeyeena.

Okuyita mu bujjulizi bwa bajjulizi ne Baibuli

Eggulu ne Ggeyeena biri mu nsi ey'omwoyo era nga ddala ensi eno gyeri. Baibuli emirundi mingi eyogera ku kubeerayo kwe ggulu ne Ggeyeena. Abo ababaddeko mu ggulu oba mu Ggeyeena n'abo bakiweera obujjulizi. Eky'okulabirako, mu Baibuli, Katonda atubuulira nga Ggeyeena bweri embi ennyo tusobole okufuna obulamu obutaggwaawo mu ggulu mu kifo ky'okusuulibwa mu Ggeyeena oluvannyuma lw'okufa.

Omukono gwo bwe gukwesittazanga, ogutemangako,

"*Ddala Waliyo Eggulu ne Ggeyeena?*"

waakiri ggwe okuyingira mu bulamu, ng'obuliddwako ekitundu, okusinga okugenda mu Ggeyeena ng'olina emikono gyombi, mu muliro ogutazikira, envunyu yaabwe gye tefiira so n'omuliro teguzikira. N'okugulu kwo bwe kukwesittazanga, okutemangako; waakiri ggwe okuyingira mu bulamu ng'obuliddwako okugulu, okusinga okusuulibwa mu Ggeyeena, ng'olina amagulu gombi; envunyu yaabwe gye tefiira so n'omuliro teguzikira. N'eriiso lyo bwe likwesittazanga oliggyangamu; waakiri ggwe okuyingira mu bwakabaka bwa Katonda ng'oli wa tulu, okusinga okusuulibwa mu Ggeyeena, ng'olina amaaso gombi; envunyu yaabwe gye tefiira, so n'omuliro teguzikira. Kubanga buli muntu alirungibwamu omuliro (Makko 9:43-49).

Abo ababaddeko mu Ggeyeena baweera obujjulizi ekintu kye kimu nga Baibuli kyeyogerako. Mu Ggeyeena, "envunyu yaabwe gye tefiira, so n'omuliro teguzikira. Kubanga buli muntu alirungibwamu omuliro."

Kitangaavu bulungi ng'ejjinja ery'omuwendo nti eggulu ne Ggeyeena gye biri oluvannyuma lw'okufa nga bwe kiwandiikiddwa mu Baibuli. N'olwekyo, olina okuyingira eggulu singa onooba otambulira mu kigambo kya Katonda, ng'okkiririza mu kubeerayo kwe ggulu ne Ggeyeena mu birowoozo byo.

Tolina kulajjaana nga bwe wejjusa nga omwoyo gwe twayogeddeko waggulu ogubonaabona obutakoma mu Ntaana olw'okuba gw'agaana okukkiriza Mukama wadde nga gwafuna

Ggeyeena

omukisa okuwulira enjiri emirundi egiwera.

Mu Yokaana 14:11-12, Yesu atugamba, *"Munzikirize nga nze ndi mu Kitange, ne Kitange mu nze, oba munzikirize olw'emirimu gyokka. Ddala ddala mbagamba nti Akkiriza nze emirimu gye nkola nze, naye aligikola era alikola egisinga egyo obunene; kubanga nze ng'enda eri Kitange."*

Osobola okukkiriza nti omuntu gundi musajja wa Katonda emirimu egy'amaanyi egitasobola kukolebwa bantu bwe gimugoberera, era osobola n'okukakasa nti obubaka bwe bukwatagana n'ekigambo kya Katonda ekituufu.

Ntambuza enjiri ya Yesu Kristo, n'enkola eby'amagero eby'amaanyi ga Katonda omulamu bwe mba nina wenkubye kuluseedi okwetooloola ensi yonna. Bwe nsaba mu linnya erya Yesu Kristo, abantu abatabalika bakkiriza era ne bafuna obulokozi kubanga eby'amagero eby'amaanyi eby'ewuunyisa bibaawo: tabazibe balaba, bakasiru ne boogera, abalema ne bayimirira, ababa bafa ne badda engulu, ne birala bingi.

Mu ngeri eno, Katonda alaze emirimu Gye egy'amaanyi okuyita mu nze. Era annyinyonyola Eggulu ne Ggeyeena mu bujjuvu era n'anzikiriza okubibuulirako eri ensi yonna abantu bangi nga bwe kisobola basobole okulokolebwa.

Leero, abantu bangi baagala okumanya ku bulamu obuddirira oluvanyuma lw'okufa – ensi ey'omwoyo – naye tekisoboka omuntu okutegeera obulungi ebikwata ku nsi ey'omwoyo n'amaanyi ag'obuntu gokka. Osobola okubaako by'oyiga ku nsi eno okuyita mu Baibuli. Wabula, osobola okugitegeera obulungi ennyo singa Katonda y'aba agikunyonyodde bw'oba

"Ddala Waliyo Eggulu ne Ggeyeena?"

nga olung'amiziddwa Omwoyo Omutukuvu mu bujjuvu oyo anoonyereza ebintu byonna, n'ebintu eby'omu buziba ebikwata ku Katonda (1 Bakkolinso 2:10).

Nsuubira nti ojja kukkiriza mu bujjuvu ennyinyonyola yange eya Ggeyeena eyeesigamiziddwa ku nnyiriri z'omu Baibuli kubanga Katonda Yennyini ye yabinyinyonyola bwe nnali nga nnung'amiziddwa Omwoyo Omutukuvu mu bujjuvu.

Lwaki Tubuulira Okusala Omusango okwa Katonda n'ebibonerezo eby'omu Ggeyeena

Bwe mbuulira obubaka ku Ggeyeena, abo abalina okukkiriza baba bajjuzibwa Omwoyo Omutukuvu era ne babuwuliriza nga tewali kutya kwonna. Wabula, waliyo abo abafunya-feesi olw'obunkeeke era enziramu yaabwe eya "Amiina" oba "Ye" n'egenda nga eggwerera ng'okubuulira kugenda mu maaso.

Ate olumu kiba kibi ddala, abantu abalina okukkiriza okunafu bwe balekayo okujja okusaba oba abamu ne bava ne mu kanisa olw'okutya, mu kifo ky'okunyweza okukkiriza kwabwe buto ne ssuubi ery'okugenda mu ggulu.

Wadde guli gutyo, Nnina okunyonyola Ggeyeena kubanga Mmanyi omutima gwa Katonda. Katonda annyolwa nnyo olw'abantu abadduka eri Ggeyeena, abakyabeera mu nzikiza, n'abo ab'ekkiriranya n'embeera z'obulamu ez'ensi wadde ng'abamu baatula okukkiriza kwabwe mu Kristo.

N'olwekyo, Ngenda okunnyonyola Ggeyeena mu bujjuvu abaana ba Katonda basobole okutambulira mu kitangaala, nga

Ggeyeena

bakyawa ekizikiza. Katonda ayagala abaana Be okwenenya era bayingire eggulu wadde nga bayinza okuba mu kutya era ne bawulira nga tebateredde bwe bawulira ku kusala Omusango okwa Katonda n'ebibonerezo eby'omu Ggeyeena.

2. Olugero lw'Omusajja Omugaga ne Laazaalo Asabiriza

Mu Lukka 16:19-31, bombi omusajja omugagga ne Laazaalo eyali asabiriza baagenda mu Ntaana nga bamaze okufa. Embeera z'ebifo buli omu ku basajja bano ze yalina okubeeramu oluvanyuma lw'okufa zaali z'awukanira ddala.

Omusajja omugagga yali mu kubonaabona okw'amaanyi n'omuliro kyokka nga ye Laazaro ali mu kifuba kya Ibulayimu mu ddembe eritagambika wala ddala ku mugagga we yali. Lwaki?

Mu Ndagaano Enkadde, okusala omusango okwa Katonda kwakolebwanga okusinziira ku mateeka ga Musa. Ku ludda olumu, omusajja omugagga yafuna ekibonerezo kya muliro kubanga yali takkiririza mu Katonda, wadde yabeera mu birungi n'okwegyalabya ku nsi kuno. Ku ludda olulala, Laazaalo eyali omusabiriza yasobola okweyagalira mu ku wummula okw'olubeerera kubanga yali akkiririza mu Katonda wadde nga yali ajjudde amabwa, era nga yeesunga okulya obukunkumuka obwagwanga wansi w'emmeeza y'omugagga.

"Ddala Waliyo Eggulu ne Ggeyeena?"

Obulamu oluvanyuma lw'okufa obwesigamizibwa ku Nsala y'omusango eya Katonda

Mu Ndagaano Enkadde, tulaba nga bajjajja ffe ab'okukkiriza omuli Yakobo ne Yobu nga boogera nga bwe bajja okugenda wansi mu Ntaana nga bamaze okufa (Olubereberye 37:35; Yobu 7:9). Kora ne basajja be bonna abawakanya Musa Entaana yabamira nga balamu, n'obusungu bwa Katonda (Okubala 16:33).

Endagaano Enkadde era eyogera ku "bunnya" "N'amagombe." Entaana mu lungereza etegeeza ebigambo ebyo byombi "Obunnya" "N'amagombe." Era Entaana eyawuddwamu ebitundu bibiri: Entaana eya waggulu ng'eno ye ye ggulu ne Ntaana eya Wansi ng'eno ye ya Ggeyeena.

N'olwekyo, okimanyi nti bajjajja ffe ab'okukkiriza nga Yakobo ne Yobu ne Laazaalo eyali asabiriza baagenda mu Ntaana eya waggulu eye ggulu kyokka Kora n'omusajja omugagga ne bagenda mu Ntaana eya Wansi eya ggeyeena.

Mu ngeri y'emu, mazima ddala waliyo obulamu oluvanyuma lw'okufa era abasajja bonna n'abakazi balina okugenda mu ggulu oba mu Ggeyeena okusinziira ku nsala ya Katonda. Nkukubiriza n'omutima gwange gwonna okukkiririza mu Katonda osobole okulokolebwa oleme okugenda mu Ggeyeena.

3. Enkula y'Eggulu ne Ggeyeena

Baibuli ekozesa amannya ag'enjawulo ng'eyogera ku ggulu

Ggeyeena

oba Ggeyeena. Eky'amazima, osobola okukiraba nti eggulu ne Ggeyeena tebi mu kifo kye kimu.

Kwe kugamba, eggulu balyogerako nga "Entaana eya Waggulu," "Olusuku lwa Katonda," oba "Yerusaalemi Empya." Kino kiri bwe kityo lwa kuba eggulu, emyoyo egirokoleddwa gye gibeera, liteekeddwa mu mitendera era lyawulwamu ebitundu eby'enjawulo bingi.

Nga bwe nannyonyola edda mu bubaka mu kitabo *"Ekigera Okukkiriza"* ne *"Eggulu I* ne *Eggulu II,"* osobola okubeera okumpi ne Namulondo ya Katonda mu Yerusaalemi Empya okusinziira kyenkana ki ky'okoze okukomyawo ekifaananyi kya Katonda Kitaffe ekyabula. Oba, osobola okuyingira Obwakabaka Obw'okusatu obw'Eggulu, Obwakabaka obw'okubiri obw'Eggulu, oba Obwakabaka Obusooka obw'Eggulu okusinziira ku kigera okukkiriza kwo bwe kyenkana. Abo abayita ku lugwanywu okulokolebwa basobola okuyingira mu Lusuku lwa Katonda.

Ekifo awabeera emyoyo egitalokoleddwa oba emyoyo emibi n'awo wayitibwa "Entaana eya Wansi," "Ennyanja ey'omuliro," "Ennyanja ey'ekirungo kya sulfur ekyesera," oba "Abisi (ekinnya ekitaliiko kkomo)." Nga ne Ggulu bwe lyawuddwamu ebitundu bingi, Ne Ggeyeena nayo eyawuliddwamu ebifo bingi kubanga buli kifo eky'omwoyo kyawukana ku kinaakyo okusinziira ku kigera ky'ebikolwa bye ebibi by'omwoyo ogwo mu nsi eno.

Enkula y'eggulu ne Ggeyeena

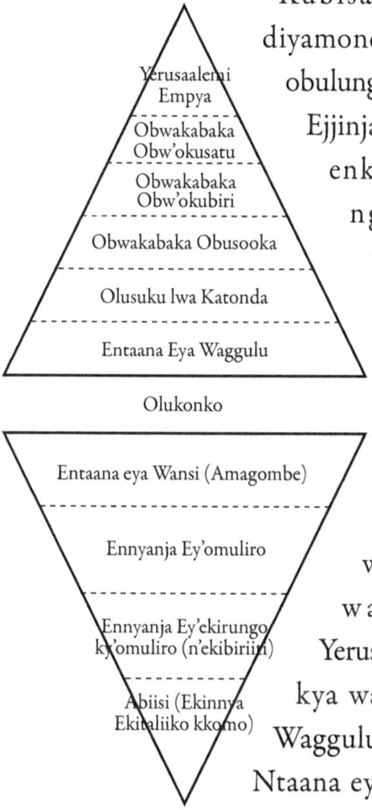
Yerusaalemi Empya
Obwakabaka Obw'okusatu
Obwakabaka Obw'okubiri
Obwakabaka Obusooka
Olusuku lwa Katonda
Entaana Eya Waggulu
Olukonko
Entaana eya Wansi (Amagombe)
Ennyanja Ey'omuliro
Ennyanja Ey'ekirungo ky'omuliro (n'ekibiriiti)
Abiisi (Ekinnya Ekitaliiko kkomo)

Kubisaamu enkula y'ejjinja erya diyamondi (◇) okusobola okutegeera obulungi enkulu y'eggulu ne Ggeyeena. Ejjinja eryo bwe lisalibwamu wakati enkula ebeera ya nsonda ssatu ng'akasongezo katunudde wansi (▽) oba waggulu (△). Katugambe nti akasongezo akatunudde waggulu ye nkula eraga eggulu n'ako ak'atunudde wansi ke kalaga Ggeyeena.

Akasongezo akatunula waggulu gye kasembera wayimiriddewo okulaga Yerusaalemi Empya so nga ekitundu kya wansi kye kiraga Entaana eya Waggulu. Kwe kugamba, waggulu we Ntaana eya Waggulu we wali Olusuku lwa Katonda, Obwakabaka Obusooka obw'eggulu, Obwakabaka bwe Ggulu obw'Okubiri, Obwakabaka bwe Ggulu Obw'Okusatu, ne Yerusaalemi Empya. Wabula, tolina kulowooza ku Bwakabaka obw'enjawulo nga omwaliriro ogusooka, ogw'okubiri oba ogw'okusatu nga ebizimbe by'ensi eno. Mu nsi ey'omwoyo, kizibu okukuba omusittale ogwawula ebifo eby'enjawulo nga bwe kikolebwa wano ku nsi oba okugamba

Ggeyeena

nti enkula yaabwo y'eno. Nginyonyodde nga nkozesa enkula y'ejjinja eryo okusobozesa abantu b'omubiri okutegeera obulungi eggulu ne Ggeyeena.

Mu nkula eno ey'ensonda essatu etunudde waggulu, akasongezo kakwatagana ne Yerusaalemi Empya kyokka nga ekitundu kya wasni kikwatagana ne Ntaana eya Waggulu. Kwe kugamba, gy'okoma okugenda waggulu w'enkula y'ensonda essatu, gy'okoma n'okutuuka ku bwakabaka obusingako obw'Eggulu.

Mu nkula ey'akasongezo akatunudde wansi, Ekitundu ekisooka waggulu era ekisingako obunene kye kiraga Entaana eya Wansi. Gy'okoma okusemberera akasongezo wansi, gy'okoma n'okugenda ebuziba wa Ggeyeena; Entaana eya Wansi, Ennyanja ey'omuliro, ennyanja ey'amayinja agabengeya, ne Abisi. Ekinnya Abisi eky'ogerwako mu bitabo bya Lukka n'Okubikkulirwa baba bategeeza ekitundu kya Ggeyeena ekisemberayo ddala wansi.

Mu nkula eya kasongezo akatunudde waggulu, ebifo bigenda bikendeera, gyokoma okugenda waggulu okuva wansi – okuva ku Lusuku lwa Katonda okutuuka ku Yerusaalemi Empya. Enkula eno ekulaga nti omuwendo gw'abantu abayingira mu Yerusaalemi Empya mutono bw'ogugeraageranya n'ogw'abantu abayingira mu Lusuku lwa Katonda, Obwakabaka Obusooka oba Obw'okubiri obw'Eggulu. Kino kiri bwe kityo lwakuba abo bokka abatuukiriza obutuukirivu n'okutuukirira okuyita mu kutukuza emitima gyabwe, nga bagoberera omutima gwa Katonda Kitaffe, Nkwagaliza okuyingira Yerusaalemi Empya.

Nga bw'olaba enkula y'akasongezo akatunudde wansi, abantu batono abagenda mu kitunda kya Ggeyeena ekisembayo wansi

"Ddala Waliyo Eggulu ne Ggeyeena?"

kubanga abo bokka emitima gyabwe egirambiddwa era nga bakoze ebibi ebisingayo obubi be basuulibwa mu kifo ekyo. Abantu bangi abazza ebibi ebitonotono bagenda mu kitundu ekinene era ekya waggulu ekya Ggeyeena.

N'olwekyo, eggulu ne Ggeyeena bisobola okulowoozebwa nti byakula ng'enkula y'ejjinja ery'omuwendo erya dayamandi. Wabula, tolina kumaliriza ng'ogamba nti eggulu lyakula nga lya nsonda ssatu nti oba Ggeyeena erina ensonda ssatu era ng'akasongezo ke katunudde wansi.

Ebbanga eddene wakati w'eggulu ne Ggeyeena

Waliwo ebbanga ddene wakati w'enkula y'ensonda essatu akasongezo kayo akatunudde waggulu – eggulu – n'enkula ey'ensonda essatu ng'akasongezo katunudde wansi – Ggeyeena. Eggulu ne Ggeyeena tebirinaanyiganye wabula waliwo ebbanga ddene ly'otayinza n'akuteebereza wakati w'ebifo bino byombi.

Katonda ataddewo olukomera bulungi nnyo emyoyo gy'omu ggulu n'egyo mu Ggeyeena gireme okuyingira nga bwe gyagala mu ggulu oba mu ggeyeena. Okujjako mu mbeera ezitalabikalabika ezikkiriziddwa Katonda, lwe gikkirizibwa okwogeraganya oba okulabagana nga mu mbeera y'omugagga ne Ibulayimu bwe yaliwo.

Wakati w'enkula zino zombi ez'enkanankana, waliwo ebbanga ddene nnyo. Abantu tabasobola kumala gava mu ggulu ne bagenda mu Ggeyeena oba okuva mu Ggeyeena okugenda mu Ggulu nga bwe baagala. Wabula wadde guli gutyo, Katonda

Ggeyeena

bwakkiriza, abantu b'omu ggulu ne Ggeyeena basobola okulaba, okuwulira, n'okwogeraganya mu mwoyo wadde nga waliwo ebbanga ddene wakati waabwe.

Oba oli awo osobola okutegeera kino mangu bw'oba osobola okujjukira nga bwe tusobola okwogera n'abantu abali emitala w'amayanja ku ssimu oba ne twogera n'abo maaso ku maaso ku ndabira wala okuyita ku bisowaani olw'enkulaakulana ya sayansi ne tekinologiya.

Wadde waliwo ebbanga ddene wakati we ggulu ne Ggeyeena, omusajja omugagga yali asobola okulaba Laazaalo ng'awummudde okumpi ne Ibulayimu era n'ayogera ne Ibulayimu mu mwoyo nga bakkiriziddwa Katonda.

4. Entaana eya Waggulu n'Olusuku lwa Katonda

Okukigyayo obulungi nga bwe kiri ddala, Entaana eya Waggulu si kitundu ku Ggulu naye esobola okutwalibwa nti kitundu ekisangibwa mu ggulu, kyokka yo Entaana eya wansi kitundu ku Ggeyeena. Omulimu gw'Entaana eya Waggulu okuva mu Ndagaano Enkadde okutuuka ku Ndagaano Empya gugenze gukyusibwamu.

Entaana eya Waggulu mu biseera by'Endagaano Enkadde

Mu biseera by'Endagaano Enkadde, emyoyo egirokoleddwa

"Ddala Waliyo Eggulu ne Ggeyeena?"

gyalindiranga mu Ntaana eya Waggulu. Ibulayimu, jjajja w'okukkiriza, ye yalabiriranga Entaana eya Waggulu era eno yensonga lwaki Baibuli eyogera nti Laazaalo yali ku mabbali ga Ibulayimu.

Wabula, okuva amazuukira n'okulinnya kwa Mukama Yesu Kristo mu ggulu, emyoyo egirokoleddwa tegikyabeera ku mabbali ga Ibulayimu wabula gitwalibwa mu Lusuku lwa Katonda era gibeera ku ludda lwa Mukama. Eno yensonga lwaki mu Lukka 23:43, Yesu yagamba omu ku banyazi nti, *"Mazima ddala nkugamba nti, leero onooba nange mu Lusuku lwa Katonda"* nga yali yeenenyeza era n'akkiriza Yesu ng'omulokozi we Yesu bwe yali awanikiddwa ku musalaba.

Yesu yagenderawo mu Lusuku lwa Katonda oluvanyuma lw'okukomererwa Kwe? 1 Petero 3:18-19 watugamba nti *"Kubanga era ne Kristo yabonyaabonyezebwa olw'ebibi omulundi gumu, omutuukirivu olw'abatali batuukirivu, atuleete eri Katonda, bwe yattibwa omubiri naye n'azuukizibwa omwoyo; era gwe yagenderamu n'abuulira emyoyo egiri mu kkomera."* Okuva mu lunnyiriri luno, osobola okulaba nti Yesu yabuulira enjiri eri egyo gyonna emyoyo egyandibadde-girokoleddwa egyali girindira mu Ntaana eya Waggulu. Nja kunnyonyola kino mu bujjuvu mu ssuula 2.

Yesu, eyali abuulidde enjiri okumala ennaku ssatu mu Ntaana eya Waggulu, n'aleeta emyoyo egyali girina okuba nga girokoleddwa mu Lusuku lwa Katonda bwe yazuukira n'agenda mu ggulu. Leero, Yesu ali mu kututegekera ekifo mu ggulu nga bwe yayogera, *"Ng'enda okubateekerateekera ekifo"* (Yokaana 14:2).

Ggeyeena

Olusuku lwa Katonda mu biseera by'Endagaano Empya

Emyoyo egirokoleddwa tegikyabeera mu Ntaana eya Waggulu oluvanyuma lwa Yesu okugulawo oluggi lw'obulokozi. Kati gibeera ku njegoyego z'Olusuku lwa Katonda, Ekifo Awalindirwa okugenda mu ggulu okutuusa enkomerero y'okuteekateeka abantu. Era oluvanyuma lw'Okusala Omusango gw'oku Namulondo Ennene Enjeru, buli gumu ku gyo gujja kuyingira ekifo ekyagwo mu ggulu okusinziira ku kigera okukkiria ekya buli kinnoomu era gijja kubeera eyo olubeerera.

Emyoyo gyonna egirokoleddwa girindira mu Lusuku lwa Katonda mu biseera by'Endagaano Empya. Abantu abamu bayinza okwewunya oba nga kisoboka abantu abangi ennyo okubeera nga babeera mu Lusuku lwa Katonda kubanga abantu abatabalika bazaaliddwa okuva ku Adamu. "Omusumba Lee! Kino kisoboka kitya abantu abangi ennyo okuba nga basobola okubeera mu Lusuku lwa Katonda? Njagala okubategeeza banange nti bayinza obutaggyaawo ne babeera wamu bonna ne bwe waba wanene watya."

Naye njagala okubagamba nti ensi eno ekwatiriddwa akantu kamu kokka bw'ogigeraageranya ne Ssengendo endala. Kyokka n'amaanyi agayimirizaawo ssengendo zonna oyinza okugamba kantu katono ddala bw'ozigeraageranya n'ensi yonna, olwo ate Ensi yonna ne bigirimu?

Okwongereza kwekyo, ensi eno ennene ennyo mwe tubeera y'emu ku sseng'endo ennyingi ennyo eziri ku nsi, kyokka obunene obuli ku sseng'endo ezo nga zigattiddwa wamu buzibu okugeraageranyizibwa n'obunene bwonna omuntu bwasobola okulowoozaako. N'olwekyo, bw'oba nga tosobola kugeraageranya bunene bwa sseng'endo zonna, olwo oyinza otya okutegeera obunene bw'eggulu mu nsi ey'omwoyo?

Olusuku lwa Katonda lwennyini lunene nnyo nti tosobola n'akufumiitiriza obunene obululiko. Era waliwo ebbanga ddene ddala okuva ku kifo kino okutuuka ku Bwakabaka Obusooka. Ndowooza kati osobola okulaba Olusuku lwa Katonda bwe luli olunene!

Emyoyo gifuna amagezi ag'omwoyo mu Lusuku lwa Katonda

Wadde Olusuku lwa Katonda kye kifo awalindirwa okugenda mu ggulu, si kifo kitono nti oba kitama okubeeramu. Kifo kirungi nnyo nti tosobola na kukigeraageranya na kifo kyoyinza okuyita amakula ku nsi kuno.

Emyoyo egirindira mu Lusuku lwa Katonda bafuna amagezi ag'omwoyo okuva ku bamu ku bannabi. Bayiga ku Katonda ne ggulu, amateeka ag'omwoyo, n'ebirala eby'etaagisa okutegeera mu magezi ag'omwoyo. Teri kkomo mu kuyiga ku by'omwoyo. Okusoma kw'eyo kwanjawulo ddala n'okwo kunsi kuno. Si kuzibu wadde okuba nga kama. Gye bakoma okuyiga gye bakoma n'okufuna ekisa wamu ne ssanyu.

Abo abatukuvu era abakakkamu mu mutima basobola okufuna amagezi ag'omwoyo mangi ddala okuyita mu kuwuliziganya ne Katonda ne mu nsi muno. Osobola n'okutegeera ebintu bingi ng'olung'amizibwa Omwoyo Omutukuvu bw'olaba ebintu n'amaaso go ag'omwoyo. Osobola okufuna amaanyi

Ggeyeena

ag'Omwoyo aga Katonda ne mu nsi muno kubanga osobola okutegeera amateeka ag'omwoyo ku kukkiriza n'okuddibwamu kwa Katonda eri essaala zo okusinziira ku kyenkana wa ky'okoze okukomola omutima gwo.

Kubisaamu essanyu n'okusanyuka by'oyinza okuba n'abyo bwoyiga ebintu eby'omwoyo era n'obyerabirako mu nsi muno? Kubisaamu ate essanyu eriyinza okukweyongera bwoyongera okufuna ate amagezi ag'ebuziba ag'omwoyo mu Lusuku lwa Katonda olw'eggulu.

Olwo, bannabi abo babeera wa? Babeera mu Lusuku lwa Katonda? Nedda. Emyoyo egisaanidde okuyingira Yerusaalemi Empya tegirindira mu Lusuku lwa Katonda wabula mu Yerusaalemi Empya, nga bwe bayamba ku Katonda ku mirimu Gye eyo.

Ibulayimu ye yali alabirira Entaana eya Waggulu nga Yesu tannakomererwa. Wabula, Yesu bwe yamala okuzuukira n'okulinnya mu ggulu, Ibulayimu n'agenda mu Yerusaalemi Empya kubanga yali amalirizza obuvunaanyiizibwa bwe mu Ntaana eya Waggulu. Olwo, ate Musa yali ludda wa ne Eliya Ibulayimu bwe yali ng'akyali mu Ntaana eya Waggulu? Tebaali mu Lusuku lwa Katonda wabula baali bagenda dda mu Yerusaalemi Empya kubanga baali balina ebisaanyizo ebibatwala mu Yerusaalemi Empya (Matayo 17:1-3).

Entaana eya Waggulu mu Ndagaano Empya

Osobola okulaba firimu ng'omwoyo gw'omuntu

"Ddala Waliyo Eggulu ne Ggeyeena?"

ogufaanana omubiri gwe gwenyini gwe tubadde tulaba nga gumwawukanako ng'amaze okufa era ne gugoberera bamalayika okuva mu ggulu oba ababaka okuva mu Ggeyeena. Mazima ddala, omwoyo ogulokoleddwa gutwalibwa mu ggulu bamalayika babiri abambadde ebyambalo ebyeru ng'omwoyo gwe gumaze okwawukana ku mubiri gwe kasita afa. Oyo amanyi kino oba akiyize tajja kutya omwoyo gwe ne bwe gunaayawuka ku mubiri gwe bwanaafa. Wabula oyo atamanyi bino byonna, atya nnyo ng'alaba omuntu omulala amufaanana, ava mu mubiri gwe.

Omwoyo oguvudde mu mubiri gwe tulaba guwulira bulala nga kyakabaawo. Engeri yaagwo yanjawulo nnyo ku gubaddewo kubanga kati guyita mu nkyukakyuka nnyingi, olw'okuba luli gubadde guli mu nsi-ey'emitendera essatu naye kati omwoyo guli mu nsi ey'emitendera-ena.

Omwoyo ogwawukanye ku mubiri teguba n'abuzito bwona era ayinza n'okwagala okubuuka kubanga omubiri owulira nga muwewufu nnyo. Eno yensonga lwaki weetaagisaayo ekiseera okuyiga ebintu ebisookerwako ebikuyamba okumanyiira enkyukakyuka mu nsi ey'omwoyo gy'ozeemu. N'olwekyo, emyoyo egirokoleddwa mu biseera by'Endagaano Empya we bagira nga babeera nga bwe bamanyiira ensi ey'omwoyo mu Ntaana eya Waggulu nga tebannayingira mu Lusuku lwa Katonda.

Ggeyeena

5. Entaana eya wansi, Ekifo Awalindirwa era Ekkubo erigenda eri mu Ggeyeena

Ekitundu ekisooka waggulu ddala ekya Ggeyeena ye Ntaana eya Wansi. Omuntu bwagenda yeeyongera okukka wansi mu Ggeyaana, asanga ennyanja ey'omuliro, ennyanja y'ekirungo kya sulfur ekyesera, n'ekinnya Abisi, kye kitundu kya Ggeyeena ekisembayo wansi. Emyoyo egitalokoleddwa okuva ku ntandikwa teginagenda mu ggeyeena wabula gikyali mu Ntaana eya Wansi. Abantu bangi bagamba nti baali bagenzeeko mu ggeyeena. Nnyinza okugamba nti baalaba ababonyaabonyezebwamu Ntaana eya wansi. Kiri bwe kityo lwakuba emyoyo egitalokoleddwa gisibibwa mu bitundu bya njawulo mu Ntaana eya Wansi okusinziira ku bunene bw'ebibi byabwe n'obubi era olunaagira, nga babakasuka mu nnyanja ey'omuliro oba ennyanja y'ekirungo kya sulfur eyesera oluvanyuma lw'okusala omusango ogw'oku Namulondo Ennene Enjeru.

Okubonaabona kw'emyoyo egitalokoleddwa mu Ntaana eya Wansi

Mu Lukka 16:24, okubonaabona omusajja omugagga ataalokolebwa kwe yalimu mu Ntaana eya Wansi kunnyonyolwa bulungi. Mu bulumi bwe yalimu, omusajja omugagga yasaba ku ttondo ly'ottuzzi, ng'agamba, *"Kitange Ibulayimu, nsaasira, otume Laazaalo annyike ensonda y'olunwe lwe mu mazzi, ampozeewoze olulimi lwange, kubanga nnumwa mu muliro guno."*

"Ddala Waliyo Eggulu ne Ggeyeena?"

Olwo emyoyo giyinza gitya obutatya oba okukankana olw'okutya okubuutikira emibiri gyabwe okuva lwe kiri nti buli ssaawa baba babonyaabonyezebwa wakati mu bantu abalala n'abo abali mu kukaaba olw'obulumi obw'omuliro ogubabengeya nga tewali na ssuubi lya kufa mu Ggeyeena, eyo envunyu yaabwe gye tefiira, n'omuliro teguzikira?

Ababaka ba Ggeyeena ab'ettima babonyaabonya emyoyo mu nzikiza-tibitibi, Entaana eya wansi. Ekifo kyonna kijjudde omusaayi n'ekivundu ekiva mu mirambo egivunda, kale kiba na kizibu okussa. Wabula, ebibonerezo eby'omu Ggeyeena tebiyinza kugeraageranyizibwa n'ebyo eby'omu Ntaana eya Wansi.

Okutandika ne ssuula 3 n'okweyongerayo, njakunyonyola mu bujjuvu n'ebyokulabirako engeri ekifo Entaana eya Wansi gye kitiisaamu na bibonerezo bya kika ki ebitasobola kugumiikirizika ebiteekebwa ku bantu mu nnyanja ey'omuliro ne mu nnyanja ey'ekirungo kya sulfur ekyesera.

Emyoyo egitalokoleddwa giba mu kwejjusa mu Ntaana eya Wansi

Mu Lukka 16:27-30, omusajja omugagga yali takkiririza mu mu kubeerayo kwa Ggeyeena naye yatuuka n'amanya obusirusiru bwe era n'awulira nga yejjusa mu muliro ng'amaze okufa. Omusajja omugagga yasaba Ibulayimu okusindika Laazaalo eri baganda be baleme okujja mu Ggeyeena.

"Kale, nkwegayiridde, kitange, omutume mu nnyumba ya Kitange; kubanga nnina ab'oluganda

Ggeyeena

bataano; abategeeze baleme okujja nabo mu kifo kino ekirimu okulumwa. Naye Ibulayimu n'agamba nti Balina Musa ne bannabbi; babawulirenga abo. N'agamba nti Nedda, kitange Ibulayimu;naye omu ku bafu bwaligenda gye bali balyenenya!"

Omusajja omugagga ayinza kugamba atya baganda be singa aba aweereddwa omukisa okwogerako gye bali mu buntu? Mazima ddala aba alina okubagamba nti, "Nkimanyi bulungi era nkikakasa nti Ggeyeena gyeri. Mbegayiridde, mulina okukakasa nga mutambula ng'ekigambo kya Katonda bwe kiragira musobole obutajja mu Ggeyeena kubanga Ggeyeena kye kifo ekitalojjeka era ekijjudde ennaku."

Wadde yali mu bulumi obutalojjeka ate obutaggwaayo n'okubonaabona, Omusajja ono omugagga yayagala nnyo okutaasa baganda be obutajja mu Ggeyeena, era teri kubusaabusa nti yalinamu ku mutima omulungi. Naye ate abantu ba leero?

Lumu Katonda yandaga abafumbo abaali babonyaabonyezebwa mu Ggeyeena kubanga baali bavudde ku Katonda era nga baava ne mu kanisa. Mu Ggeyeena, buli omu yasaliranga munne omusango, ne beekolimira, ne beekyawa, era nga buli omu ayagaliza munne ayongera okulumwa.

Omusajja omugagga yayagala baganda be balokolebwa kubanga yalinamu ku mutima omulungi. Kyokka, olina okukimanyi nti wadde gwali bwe gutyo era omusajja omugagga yasuulibwa mu muliro. Olina n'okukijjukira nti tosobola kulokolebwa olw'okuba oyogera bwogezi nti, "Nzikkiriza."

Omuntu alina okufa era agende mu ggulu oba mu Ggeyeena

oluvanyuma lw'okufa kwe. N'olwekyo, tolina kusiruwala wabula olina okwevaamu ofuuke omukkiriza omutuufu.

Omusajja omugezi yeetegekera obulamu bwe oluvanyuma lw'okufa kwe

Abantu abagezigezi ddala beetegekera obulamu bwabwe oluvanyuma lw'okufa kyokka ng'abantu abasinga bakola nnyo okusobola okufuna ekitiibwa, amaanyi, obugagga, okukulaakulana, n'obulamu obulungi mu nsi eno.

Abantu abagezigezi obugagga bwabwe babutereka mu ggulu ng'ekigambo kya Katonda bwe kigamba kubanga bakimanyi bulungi nnyo nti tewali kye bajja kugenda nakyo my ntaana.

Oyinza okuba nga wawulirako obujjulizi bwabo abataasangayo nnyumba zaabwe mu ggulu lwe bakyalaayo wadde nga bagamba baali bakkiririza mu Katonda era nga batambuliza obulamu bwabwe mu Kristo. Osobola okuba ne nnyumba ennene era ennungi mu ggulu bw'otereka eby'obugagga byo mu ggulu n'obwegendereza ng'otambula ng'omwana wa Katonda ow'omuwendo mu nsi eno!

Obeera ddala oweereddwa omukisa era ng'oli mugezigezi kubanga ofuba okuba, saako okubeezaawo okukkiriza okwenyumirizibwaamu okuyingira eggulu eddungi era olw'okuba ekirabo kyo okitereka mu ggulu mu kukkiriza, nga weetegeka ng'omugole wa Mukama oyo anaatera okudda.

Omuntu bw'afa, tasobola kukomawo ate n'addamu okubeera ku nsi buto. N'olwekyo, Nkwegayiridde beera n'okukkiriza era

Ggeyeena

omanye nti ddala waliyo eggulu ne Ggeyeena. Okwongereza kwekyo, olw'okuba okimanyi nti emyoyo egitalokoleddwa giri mu kubonaabona n'obulumi obw'amaanyi mu Ggeyeena, olina okubuulira eggulu ne Ggeyeena eri buli omu gw'osanga mu bulamu bwo. Weewunye engeri Katonda gyanaakusanyukiramu!

Abo ababuulira okwagala kwa Katonda, oyo ayagala okukulembera abantu bonna eri ekkubo ery'obulokozi, ajja kuweebwa omukisa mu bulamu bw'ensi eno era ayakaayakane ng'omusana mu ggulu.

Nsuubira nti ojja kukkiririza mu Katonda omulamu oyo alaba era n'akuwa empeera, era ogezeeko okuba omwana wa Katonda ow'amazima. Nsaba mu linnya lya Mukama nti ojja kukulembera abantu bangi nga bwe kisoboka okudda eri Katonda n'eri obulokozi, era obeere ng'osanyusibwa nnyo Katonda.

iedereen moeten verkondigen die je tegenkomt in je leven. Veronderstel je eens hoeveel welgevallen God in je zal hebben!

Degene die de liefde van God verkondigen, die alle mensen op de weg van redding willen leiden, zullen gezegend worden in dit leven en zij zullen ook schijnen als de zon in de hemel.

Ik hoop dat je zal geloven in de levende God, die je oordeelt en beloond, en probeer een echt kind van God te worden. Ik bid in de naam van de Here dat je zoveel mogelijk mensen naar God zal leiden en tot redding, en een vreugde voor God zal zijn.

Essuula 2

Ekkubo ery'Obulokozi Ery'abo abataawulira ku Njiri

1. Okusala omusango okusinziira ku mutima gw'omuntu
2. Abaana abatannazaalibwa abagiddwamu oba abakuliddwamu
3. Abaana okuva nga bakazaalibwa okutuuka ku myaka Ettaano
4. Abaana okuva ku myaka mukaaga okutuuka nga tebannayingira mu gyakivubuka
5. Adamu ne Kaawa baali balokole?
6. Kiki eky'atuuka ku mutemu ey'asooka Kayini?

*Kubanga abamawanga abatalina mateeka,
bwe bakola mu buzaaliranwa eby'amateeka,
abo, bwe bataba na mateeka, beebeerera amateeka
bokka, kubanga balaga omulimu gw'amateeka nga
gwawandiikibwa mu mitima gyabwe, omwoyo gwabwe
nga gutegeeza wamu, n'ebirowoozo byabwe
nga biroopagana oba nga biwozagana byokka na byoka.*
- Abaruumi 2:14-15 -

*"MUKAMA n'amugamba nti, 'Buli alitta Kayini,
kyaliva awalanwa eggwanga emirundi omusanvu.'
MUKAMA n'ateeka ku Kayini akabonero
buli amulaba alemenga okumutta.*
- Olubereberye 4:15 -

Katonda yakakasa okwagala Kwe gye tuli ng'awaayo Omwana We omu yekka Yesu Kristo akomererwe olw'obulokozi bw'abantu bonna. Abazadde baagala abaana baabwe abato naye baba bagala abaana baabwe okukula okusobola okutegeera emitima gyabwe era bagabane wamu essanyu lyabwe n'obulumi.

Mu ngeri y'emu, Katonda ayagala abantu bonna okulokolebwa. Era, Katonda ayagala abaana Be okukula obulungi mu kukkiriza okusobola okutegeera omutima gwa Katonda Kitaabwe basobole okugabana okwagala okwa ddala wamu Naye. Eno yensonga lwaki omutume Paulo yawandiika mu 1 Timoseewo 2:4 nti Katonda ayagala abantu bonna okulokolebwa era batuuke ku kutegeerera ddala amazima.

Olina okukimanya nti Katonda alaga Ggeyeena n'ensi ey'omwoyo mu bujjuvu kubanga Katonda mu kwagala Kwe ayagala abantu bonna okufuna obulokozi basobole okuba abakulu mu kukkiriza.

Mu ssuula eno, Ng'enda kunyonyola mu bujjuvu oba nga kisoboka abo abaafa nga tebamanyi Yesu Kristo okulokolebwa.

1. Okusala omusango okusinziira ku mutima gw'omuntu

Abantu bangi abatakkiririza mu Katonda waakiri bakkiriza nti eggulu ne ggeyeena gye biri, naye tebasobola kuyingira ggulu olw'okuba bakkiriza nti eggulu ne Ggeyeena gye biri.

Nga Yesu bwatugamba mu Yokaana 14:6, *"Nze kkubo,*

Ggeyeena

N'amazima n'obulamu; tewali n'omu ajja eri Kitange okujjako ng'ayise mu Nze," osobola okulokolebwa n'okuyingira eggulu ng'omaze kuyita mu Yesu Kristo yekka.

Olwo, oyinza kulokolebwa otya? Omutume Paulo mu Baruumi 10:9-10 atulaga ekkubo eri obulokozi obwa ddala:

> *Kubanga bw'oyatula Yesu nga ye Mukama n'akamwa ko, n'okkiriza mu mutima gwo nti Katonda yamuzuukiza mu bafu, olirokoka; Kubanga omuntu akkiriza na mutima okuweebwa obutuukirivu, era ayatula na kamwa okulokoka*

Katugambe nti waliwo abantu abamu abatamanyi Yesu Kristo. Era olw'ekyo, ne batayatula nti, "Yesu ye Mukama." Wadde okukkiririza mu Yesu Kristo n'omutima gwabwe. Kituufu okugamba nti bonna tebasobola kulokolebwa?

Abantu bangi ddala ababeerawo nga Yesu tannajja ku nsi. Ne mu biseera bye Ndagaano Empya, waliwo abantu abaafa nga tebawulidde ku njiri. Abantu ng'abo basobola okulokolebwa?

Olwo abantu abamu banaasibira wa kati ng'abo abaafa nga bakyali bato ddala okutegeera okukkiriza? Ye ate abaana abaafa nga tebannazaalibwa ab'embuto ezaakulibwamu oba ez'avaamu? Balina okugenda mu Ggeyeena mu ngeri yonna olw'okuba tebakkiririza mu Yesu Kristo? Nedda, tebajja.

Katonda kwagala agulawo oluggi lw'obulokozi eri buli muntu yenna mu bwenkanya Bwe okuyita mu "kusala omusango okusinziira ku bikolwa."

Abo abaanoonya katonda era ne babeera n'omutima omulungi

Abaruumi 1:20 w'ogera nti *"Kubanga ebibye ebitalabika okuva ku kutonda ensi birabikira ddala nga bitegeererwa ku butonde, obuyinza bwe obutaggwaawo n'obwakatonda bwe; babeere nga tebalina kya kuwoza."* Eno ye nsonga lwaki abantu abalina emitima emirungi bakkiririza mu kubeerayo kwa katonda nga balaba ebyo ebikoleddwa.

Omubuulizi 3:11 watugamba nti Katonda yateeka ensi mu mitima gy'abantu. N'olwekyo abantu abalungi banoonya katonda olw'obutonde bw'ensi era ne bagezaako n'okukkiririza mu buluma oluvanyuma lw'okufa. Abantu abalungi batya eggulu era ne bagezaako okutambulira mu bulamu obulungi ne bwe baba tebawulirangako njiri. N'olwekyo, bagezaako okutambulira mu kwagala kwa katonda waabwe. Singa baali bawulidde enjiri, mazima bandikkiriza Mukama era ne bayingira eggulu.

N'olw'ensonga eno yennyini, Katonda yakkiriza emyoyo emirungi okubeera mu Ntaana eya Waggulu nga ekkubo eribatwala mu ggulu okutuusa Yesu lwe yafiira ku musalaba. Era oluvanyuma lw'okukomererwa kwa Yesu, Katonda yabatwala eri obulokozi okuyita mu musaayi gwa Yesu ng'abaganya okuwulira enjiri.

Okuwulira enjiri mu Ntaana eya Waggulu

Baibuli etugamba nti Yesu yabuulira enjiri mu Ntaana eya Waggulu oluvanyuma lw'okufa ku musalaba.

Ggeyeena

Nga mu 1 Petero 3:18-19 bwe w'ogera nti, *"Kubanga era ne Kristo yabonyaabonyezebwa olw'ebibi omulundi gumu, omutuukirivu olw'abatali batuukirivu, atuleete eri Katonda; bwe yattibwa omubiri naye n'azuukizibwa mu omwoyo; era gwe yagenderamu n'abuulira emyoyo egiri mu kkomera,"* Yesu yabuulira enjiri eri emyoyo mu Ntaana eya Waggulu nagyo gisobole okulokolebwa okuyita mu musaayi Gwe.

Nga bawulidde enjiri, abantu abaali tabagiwulirangako mu bulamu bwabwe bwonna baamala ne bafuna omukisa ogw'okumanya Yesu Kristo era ne balokolebwa.

Katonda talina linnya ddala lyonna okujjako Yesu Kristo okutwala abantu eri obulokozi (Ebikolwa by'abatume 4:12). Ne mu biseera by'endagaano Empya, abo abataafuna mukisa kuwulira njiri baalokolebwa okuyita mu kusala omusango okusinziira ku bikolwa by'omuntu. Basigala mu Ntaana eya Waggulu okumala ennaku ssatu nga bwe bawulira enjiri olwo ne balyoka bayingira eggulu.

Abantu abalina ebikolwa ebibi tebanoonya Katonda era batambulira mu kibi, nga bakola nga bwe baagala. Tebandikkiririza mu njiri ne bwe bandigiwulidde. Oluvanyuma lw'okufa, bajja kusindikibwa mu Ntaana eya Wansi babeerewo mu kubonerezebwa era oluvanyuma basuulibwa mu Ggeyeena oluvanyuma lw'omusango ogw'amaanyi ogw'oku Namulondo Ennene Enjeru.

Omusango okusinziira ku mutima gw'omuntu

Tekisoboka omuntu okwogera ku mutima gw'omuntu nga

bwe guli ddala kubanga omuntu obuntu tasobola kutegerera ddala kiri mu mutima gw'omuntu. Kyokka, Ye Katonda Omuyinza wa byonna asobola okutegeera omutima gwa buli kinnoomu era n'akola okusalawo okw'obwenkanya. Abaruumi 2:14-15 wannyonyola okusala omusango okusinziira ku mutima gw'omuntu. Abantu abalungi bamanya ekirungi ne n'ekibi kubanga emitima gyabwe emirungi gibakkiriza okumanya eby'etaago by'amateeka.

Kubanga ab'amawanga abatalina mateeka bwe bakola mu buzaaliranwa eby'amateeka, abo, bwe bataba na mateeka, beebeerera amateeka bokka: kubanga balaga omulimu gw'amateeka nga gwawandiikibwa mu mitima gyabwe, omwoyo gwabwe nga gutegeea wamu, n'ebirowoozo byabwe nga biroopagana oba nga biwozagana byokka na byokka;

N'olwekyo, abantu abalungi tebagoberera kkubo lya bubi wabula bagoberera ekkubo ly'obulungi mu bulamu. Na bwe kityo, okusinziira ku kusala omusango okusinziira ku mutima, basigala mu Ntaana eya Waggulu okumala enaku ssatu, era nga zino bazimala nga bawulira enjiri era ne balokolebwa.

Osobola okunokolayo Admiral Soonshin Lee* ng'ekyokulabirako ng'ono yatambulira mu bulungi olw'omutima gwe omulungi (*obubaka bw'omusunsuzi: Admiral Lee yali omuduumizi w'eggye asingayo obukulu ow'eggye ery'okumazzi mu bwakabaka bwa Chosun Dynasty mu nsi ye Korea mu kyasa eky'ekkumi n'omukaaga). Admiral Lee yatambuliranga mu mazima wadde yali tamanyi Yesu Kristo. Yabeeranga mwesigwa eri kabaka we, ensi ye, n'abantu be yali akuumanga. Yali mulungi era nga mwesigwa eri bazadde be ne baganda be. Teyasoosanga byetaago bye ku bya balala, era teyanoonyanga bitiibwa, buyinza, wadde eby'obugagga. Yakolanga kya kuweereza n'okwewaayo olw'abalirwana be n'abantu.

Tosobola kusanga wadde akalandira k'obubi mu ye. Admiral Lee yawang'angusibwa wabula nga teyeemulugunya wadde okuba n'ekigendererwa ky'okuwoolera eggwanga eri abalabe be bwe yawayirizibwa. Teyeemulugunya eri kabaka ey'amugoba mu nsi wadde nga kabaka, ye yali alagidde awangangusibwe, bwe yamulagira okugenda mu lutalo. Wabula, yeebaza kabaka n'omutima gwe gwonna, naddamu okutegeka eggye bulungi ddala, era n'alwananga mu ntalo ng'atadde obulamu bwe mu katyabaga. Era, yafunangayo obudde n'asaba eri katonda we ku maviivi ge kubanga yamanya nti wateekwa okubaayo katonda. Nsonga ki egaana Katonda okumutwala mu ggulu?

Abo abagibwa mu kusalibwa omusango okusinziira ku mitima gw'omuntu

Abantu abaawulira enjiri naye ne batakkiririza mu Katonda bayinza okusalibwa omusango okusinziira ku mitima gyabwe?

Abantu be wammwe tebasobola kusalibwa musango okusinziira ku mitima gyabwe bwe baba nga tebakkiriza njiri wadde nga baagiwulira. Kiba kya bwenkanya bo obutalokolebwa bwe baba nga beesamba okuwulira enjiri wadde nga baafuna emikisa mingi okugiwulira. Wabula wadde guli gutyo, olina okubuulira abantu amawulire amalungi n'omutima gwo gwonna wadde ng'abantu babi nnyo nga bajja kugenda mu Ggeyeena, ojja kuba obasobozesezza okuba n'emikisa egiwera okufuna obulokozi okuyita mu mirimu gyo.

Buli mwana wa Katonda abangibwa mu njiri era alina obuvunaanyizibwa obw'okusasaanya enjiri. Katonda ajja kukubuuza ku lunaku olw'omusango bw'oba nga tobuuliranga njiri eri abantu b'omu maka go, omuli ne bazadde bo, baganda bo bennyini, n'ab'enganda abalala, na balinga abo. "Lwaki baganda bo ne bazadde bo tewababuulira njiri?" "Lwaki abaana bo tewababuulira njiri" "Lwaki mikwano gyo tewagibuulira njiri?" n'ebiringa ebyo.

N'olwekyo, olina okubulira enjiri ey'amawulire amalungi eri abantu buli ssaawa bw'oba ng'otegeera okwagala kwa Katonda oyo eyawaayo Omwana We omu Yekka, era nga ddala bw'oba otegeera okwagala kwa Mukama oyo eyatufiirira ku musalaba.

Okulokola emyoyo yengeri ey'okumala ennyonta ya Mukama ey'akaaba ku musalaba nti, "Nnina ennyonta," era okusasula omuwendo gw'omusaayi gwa Mukama.

2. Abaana abatannazaalibwa abagiddwamu oba abakuliddwamu

Olwo bo abaana ababa tebannazaalibwa ne bafa olw'okuba bagiddwamu oba nga bavuddemu banaaba batya? Oluvannyuma

Ggeyeena

lw'omuntu okufa, omwoyo gw'omuntu gulina okugenda mu ggulu oba mu Ggeyeena kubanga omwoyo gw'omuntu, wadde aba akyali muto, tegusobola kwonoonebwa.

Omwoyo guweebwa ku myezi etaano okuva olubuto lwe luguddemu

Omwoyo guweebwa ddi enda? Omwoyo teguweebwa nda okutuusa ng'olubuto luwezezza emyezi mukaaga.

Okusinziira mu sayansi wa basawo, oluvanyuma lw'emyezi etaano okuva olubuto lwe lwagwamu, enda etandika okufuna ebitundu ebiwulira, amaaso, ebisige. Eby'omubwongo nga bino bye biyamba ku bwongo okutandika okukola era nga bino byonna bitandika okukolebwa wakati w'emyezi etaano n'omukaaga okuva olubuto olwo lwe lwagwaamu.

Olubuto bwe luweza emyezi mukaaga, omwana oyo aweebwa omwoyo era abeera yeetonze kyenkana ebitundi byonna ng'alina ebitundu by'omuntu byonna. Enda tegenda mu Ggeyeena wadde mu ggulu bw'eba nga evuddemu nga tennaweebwa mwoyo kubanga enda etalina mwoyo ebeera ng'ekisolo.

Omubuulizi 3:21 wagamba, *"Ani amanyi omwoyo gw'abantu oba nga gulinnya mu ggulu, n'omwoyo gw'ensolo oba gukka wansi mu ttaka?"* "Omwoyo gw'abantu" wano kitegeeza ekyo ekigatiddwa n'omwoyo gw'omuntu ekyo ekyaweebwa Katonda ekiviirako omuntu okunoonya Katonda n'emmeeme ye emuviirako okulowooza n'okugondera ekigambo kya Katonda, kyokka nga gwo "omwoyo gw'ensolo" kitegeeza emmeeme, gamba nga engeri eviirako enda okulowooza n'okukola kyekola. Ensola yonna eggwerawo ddala bw'efa kubanga erina mmeeme yokka so si mwoyo. Enda eri wansi w'emyezi etaano mu lubuto ebeera terina mwoyo. N'olwekyo, bw'efa, ejja kuggwerawo ddala nga bw'olaba ensolo.

Okuggyamu olubuto kibi ekisinga ku kutta

Olwo, si kibi okuggyamu olubuto bwe luba nga luli wansi wa myezi ettaano olw'okuba terulina mwoyo mu lwo? Tolina kukola kibi kya kugyamu lubuto, oba omwoyo guweebwa ku bbanga ki oba bbanga ki, ng'ojjukira nti Katonda yekka yafuga obulamu bw'omuntu.

Mu Zabuli 139:15-16, omuwandiisi yawandiika nti, *"Tewakisibwa mubiri gwange, bwe nnakolerwa mu kyama, Bwe nnatondebwa n'amagezi amangi mu bya wansi eby'ensi. Amaaso go gaalaba omubiri gwange nga tegunnatuukirira, Ne mu kitabo kyo ebitundu byange byonna ne biwandiikibwa. Ebyabumbibwanga buli lunaku buli lunaku, Bwe byali nga tebinnabaawo n'ekimu."*

Katonda kwagala yamanya buli omu ku mmwe nga temunnatondebwaawo mu lubuto lwa nnyoko era Yalina enteekateeka nnyingi zaakutekeddeteekedde okutuuka n'okuwandiika mu kitabo Kye. Eno yensonga lwaki abantu, ebitonda obutonde ebya Katonda, tebasobola kufuga bulamu bwa mwana atannazaalibwa, ne bw'aba nga tannaweza myezi etaano mu lubuto.

Okuggyamu olubuto ky ekimu ng'okutta kubanga obeera

Ggeyeena osambiridde ku buyinza bwa Katonda oyo afuga obulamu, okufa, emikisa, oba ebikolimo. Era, oyinza otya n'okwogera era n'okalambira nti ekyo kibi kitono ng'osse mutabani wo oba muwala wo?

Ekibi kigobererwa ebibonerezo

Ne bw'eba mbeera etya, wadde buzibu bufaanana butya, togezanga okulinyirira obuyinza bwa Katonda ku bulamu bw'omuntu. Era, si kituufu okuggyamu olubuto lw'omwana wo ng'oluubirira masanyu. Olina okukitegeera nti ojja kukungula ky'osiga, era ojja kusasulira ebyo by'okoze.

Ate kisingawo bw'oggyamu olubuto olumaze okuweza emyezi mukaaga n'okusingawo. Kiba kye kimu ng'okutta omuntu omukulu kubanga omwoyo guba gwaweereddwa dda omwana oyo.

Okuggyamu olubuto kutondawo ekisenge ekinene ennyo eky'ekibi wakati wo ne Katonda. Era ekivaamu, ojja kufuna obulumi obuva mu kusoomozebwa okw'enjawulo n'ebizibu. Mpola mpola, ojja kuva ku Katonda olw'ekisenge eky'ekibi bw'otamalaawo kizibu kya kibi, era olugira oyinza okuba ng'ogenze wala nga tokyasobola kudda.

N'abo abatakkiririza mu Katonda bajja kubonerezebwa era buli kika kya kigezo n'okubonaabona bijja kujja gye bali bwe bakola ekibi ky'okugyamu olubuto engeri gye buli obutemu. Ebigezo n'ebizibu buli lunaku biba bibagoberera olw'okuba Katonda tasobola kubakuuma era n'abakyusiriza obwenyi Bwe bwe batamenyamenya kisenge kya kibi.

Weenenyeze ddala ebibi byo era omenyewo ekisenge ky'ekibi

Katonda yateekawo amateeka Ge, si kusalira muntu musango wabula okulaga okwagala Kwe, abatwale eri okwenenya, n'okubalokola.

Katonda era akukkiriza okutegeera ebintu bino ebikwata ku kuggyamu embuto osobole obutakola kibi kino era osobole n'okumenyaamenya ekisenge ky'ekibi nga weenenya ebibi byo bye wakola edda.

Bw'oba nga waggyamu omwana wo edda, kakasa ng'olina okwennenyeza ddala osobole okumenyawo ekisenge ky'ekibi ng'owaayo ekiweebwayo ky'emirembe. Olwo, ebizibu n'okubonaabona bijja kuvvaawo kubanga Katonda ajja kuba takyajjukira kibi kino.

Obunene bw'ekibi bwanjawulo okusinziira ku bibi eby'enjawulo eky'okulabirako, singa ogyeemu omwana wo olw'okuba baakukwata bukwasi. Ekibi kyo kiwewufu mu ko. Singa abafumbo baggyamu olubuto lw'omwana waabwe olw'okuba tebamwagala ekibi kyabwe kiba kineneko.

Bw'oba toyagala mwana olw'ensonga ezitali zimu, omwana wo ali mu lubuto olina okumukwasa Katonda mu kusaba. Mu mbeera eno, olina okuzaala omwana wo Katonda bwatakola nga bw'osabye.

Abaana abasinga abagiddwamu balokolebwa naye ate waliwo abatalokolebwa

Omwana kasita aweza emyezi mukaaga mu lubuto, omwana

ono, wadde aba aweereddwa omwoyo, tasobola kulowooza bulungi, kutegeera, oba okukkiririza mu kintu ku lulwe. N'olwekyo, Katonda abaana bano abafiira mu kiseera kino abasinga abalokola nga tafuddeyo ku kukkiriza kwe wadde okw'abazadde be.

Ng'ambye nti "abasinga" – so si "bonna" – kubanga waliwo mu mbeera entono ddala omwana ono lwatalokolebwa.

Omwana ali mu lubuto, asobola okusikira embala y'ekibi okuva lw'afuniddwa singa bazadde be oba bajjajja be basobya nnyo Katonda n'ebapanga bubi ku bubi. Mu ngeri eno, omwana abadde mu lubuto n'avaamu tasobola kulokolebwa.

Okugeza, ayinza okuba omwana w'omufuusa oba omwana w'omuzadde omubi ennyo ayakolimira n'okwagaliza abantu abalala obubi nga Hee-bin Jang* mu byafaayo bya Korea (*Obubaka bw'omusunsuzi: Omukyala eyayitibwanga Lady Jang yali muganzi wa Kabaka Sook-jong mu kyasa eky'ekkumi n'omusanvu nga kinaatera okuggwa, ey'akolimira Nabakyala, olw'obujja). Ya kolimira mujjawe ng'afumitafumita ekifaananyi kye n'obusaale olw'obujja obungi. Abaana b'omuzadde ng'oyo tebasobola kulokolebwa kubanga basikira obubi bw'abazadde baabwe.

Waliwo n'abantu ababi ennyo mu bantu abagamba nti bakkiriza. Abantu ng'abo baba bawakanya, ne bakolokota, ne bavumirira, ne balemesa n'emirimu gy'Omwoyo Omutukuvu. Mu bujja, bagezaako n'okutta oyo ayimusa erinnya lya Katonda. Abaana b'abazadde ng'abo singa bavaamu, tebasobola kulokolebwa.

Ng'ogyeeko embeera ng'ezo ezitali nnyingi nnyo, abaana

abasinga abatazaaliddwa balokolebwa. Wabula, tebasobola kuyingira ggulu, wadde Olusuku lwa Katonda okuva lwe bataateekebwateekebwako ku nsi. Basigala mu Ntaana eya Waggulu, okusala omusango okw'oku Namulondo Ennene Enjeru ne bwe kuggwa.

Ekifo Eky'olubeerera eky'abaana abatazaaliddwa Abalokoleddwa

Abaana abagiddwamu nga bawezezza emyezi mukaaga n'okusingawo mu Ntaana eya Waggulu babeera nga olupapula okutali kantu konna olw'okuba tebateekeddwateekeddwa ku nsi. N'olwekyo, bajja kusigala mu Ntaana eya Waggulu era bajja kwambala emibiri egisaana emmeme zaabwe mu kiseera ky'okuzuukira.

Bateekako omubiri ogujja okukyuka n'okukula ekitali ku bantu abalala abalokoleddwa nga bo bateekako emibiri egy'omwoyo egy'olubeerera. N'olwekyo, wadde basooka ne babeera mu mibiri gy'abaana abato, bajja kukula okutuuka lwe batuuka ku myaka emituufu.

Abaana bano, ne bwe bakula, basigala mu Ntaana eya Waggulu, nga bajjuza emmeeme yaabwe n'amazima. Kino oyinza okukitegeera obulungi bw'olowooza ku mbeera ya Adamu eyasooka mu Lusuku Adeni ne ng'eri gye yagendanga ng'ayiga.

Adamu yalina omwoyo, emmeeme, n'omubiri bwe yatondebwa ng'omuntu omulamu. Wabula, omubiri gwe gwa gwa njawulo okuva ku mubiri ogw'omwoyo, oguzuukidde era

Ggeyeena

emmeeme ye yali terina kyemanyi ng'eringa ey'omwana omuto. N'olwekyo, Katonda Yennyini yawa Adamu amagezi ag'omwoyo, ng'atambula naye okumala ekiseera ekiwanvu.

Olina okukimanya nti Adamu mu Lusuku Adeni yatondebwa nga talina kibi kyonna mu ye naye emyoyo mu Ntaana eya Waggulu si mirungi nnyo nga Adamu bwe yali, kubanga baba baasikidde dda ekibi ekisikire okuva ku bazadde baabwe abaali bayise mu kuteekebwateekebwa okumala emirembe egiwera.

Okuva ku kugwa kwa Adamu, bazukulu be bonna abaddako bazze basikira ekibi ekisikire okuva ku bazadde baabwe.

3. Abaana okuva nga bakazaalibwa okutuuka ku myaka Ettaano

Abaana okutuuka ku myaka etaano egy'obukulu, abatasobola kwawula wakati w'ekibi n'ekirungi era nga tebategeera na kukkiriza, bayinza batya okulokolebwa? Obulokozi bw'abaana ab'emyaka gino bw'esigamizibwa nnyo ku kukkiriza kw'abazadde baabwe – naddala, ba maama.

Omwana asobola okufuna obulokozi singa bazadde b'omwana balina ekika ky'okukkiriza ekisobola okubalokola era nga bagezaako okukuliza abaana baabwe mu kukkiriza (1 Bakkolinso 7:14). Wabula wadde guli gutyo, si kituufu nti omwana tayinza kulokolebwa awatali kakwakkulizo konna olw'okuba bazadde be tebaalina kukkiriza.

Wano, osobola okulaba okwagala kwa Katonda nate. Olubereberye 25 watulaga nti Katonda yalabirawo Yakobo nti ajja kuba w'amaanyi mu maaso eyo okusinga muganda we Esawu bwe baalwananga bombi mu lubuto lwa nnyaabwe. Katonda oyo alaba byonna akulembera abaana bonna abafa ku myaka etaano eri obulokozi okusinziira ku kukusala omusango okusinziira ku mutima. Kino kisoboka lwakuba Katonda aba akimanyi oba abaana bannakkiriza Mukama, singa baali baakussuka myaka egyo, bwe bawulira enjiri mu dda.

Wabula, abaana bazadde baabwe abatalina kukkiriza ate nga tebayita mu kusala omusango okusinziira ku mutima tewaba kya kukola okujjako okugwa mu Ntaana eya Wansi eya Ggeyeena era ng'eyo gye bajja okubonyaabonyezebwa.

Okusala Omusango okusinziira ku mutima n'okukkiriza okw'abazadde baabwe

Obulokozi bw'abaana businziira nnyo ku bulokozi bw'abazadde baabwe mu ngeri eno, n'olwekyo, abazadde balina okukuza abaana baabwe okusinziira ku kwagala kwa Katonda, abaana baawe baleme okumaliriza nga bagenze mu Ggeyeena.

Edda ennyo, waliwo abafumbo abaali tebalina mwana, abula olw'okusaba ennyo ne bafuna omwana. Wabula, omwana n'afa ng'akyali muto mu kabenje ka mmotoka.

Nnasobola okuzuula ensonga y'okufa kw'omwana waabwe bwe nali nsaba. Kyali nti lwakuba okukkiriza kw'abazadde b'omwana ono kwali kuwoze era baali wala ne Katonda. Omwana yaali tagenze mu nasale ey'essomero lye kanisa kubanga bazadde be beemaliranga mu bya nsi. Na bwe kityo, omwana n'atandika okuyimba ennyimba z'ensi mu kifo ky'ennyimba

Ggeyeena

ezitendereza Katonda.

Mu kiseera ekyo, omwana yalina okukkiriza okumufunyisa obulokozi naye yali tajja kulokolebwa singa yali wakukula ng'alaba eneeyisa yabazadde be eyo. Mu mbeera eno, Katonda okuyita mu kabenje k'emmotoka, n'ayita omwana eri obulamu obutaggwaawo era n'awa bazadde be omukisa okwenenya. Singa abazadde bano baali bakwenenya era ne badda eri Katonda, nga tebamaze kulaba mwana waabwe ng'afa mu ngeri eno embi bwetyo, Teyandisazeewo bwatyo.

Obuvunaanyizibwa bw'abazadde eri okukula kw'abaana mu by'omwoyo

Okukkiriza kw'abazadde kulina bwe kukwata ku bulokozi bw'abaana baabwe obutereevu. Okukkiriza kw'abaana tekusobola kukula bulungi singa bazadde baabwe okukula kw'abaana mu by'omwoyo tebakufaako ng'abaana baabwe babalekera Sande sukuulu yokka.

Abazadde balina okusabira abaana baabwe, ne babagezesa oba nga ddala batera okusinza mu mwoyo wamu n'omutima omutuufu, n'okubasomesa okutambulira mu bulamu bw'okusaba e waka nga babeera eky'okulabirako ekirungi gye bali.

Nkubira abazadde bonna okuba obulindaala mu kukkiriza kwabwe era bakuze abaana baabwe abaagalwa mu Mukama. Mbasabira omukisa nti gwe n'amaka go mu neeyagalira mu bulamu obutaggwaawo mwenna mu ggulu.

4. Abaana okuva ku myaka mukaaga okutuuka nga tebannayingira mu gyakivubuka

Abaana okuva ku myaka mukaaga okutuuka nga tebannayingira myaka gya kivubuka – gye myaka nga kkumi n'ebiri – basobola okulokolebwa?

Abaana bano basobola okutegeera enjiri bwe bagiwulira era basobola n'okusalawo eky'okukkiriza mu kwagala kwabwe ne mu birowoozo, si mu bujjuvu naye waakiri babaako webatuuka.

Emyaka gy'abaana egy'ogerwako wano, kale, giyinza okuba egy'enjawulo okusinziira mu buli mbeera omwana gy'abaamu kubanga buli mwana akulira, ategeera, n'okukakata ku misinde gyanjawulo. Ekikula wano kwe kuba nti mu myaka gino, abaana basobola okukkiririza mu Katonda nga kiva mu kwagala kwabwe n'ebirowooza.

Lwa kukkiriza kwabwe bennyini okw'abazadde baabwe tekutunuulirwa

Abaana abassuka mu myaka mukaaga okutuuka ku myaka kkumi n'ebiri bategeera bulungi nga basobola okwesalirawo eky'okukkiriza. N'olwekyo, basobola okulokolebwa olw'okukkiriza kwabwe nga okw'abazadde baabwe tekutunuuliddwa.

N'olwekyo, omwana wo, asobola okugenda mu Ggeyeena singa oba tomukuliza mu kukkiriza wadde nga gwe oyinza okuba n'okukkiriza okw'amaanyi. Waliwo abaana, nga bazadde baabwe si bakkiriza. Mu mbeera bwe ziti, kiba kizibu nnyo abaana okufuna obulokozi.

Ggeyeena

Ensonga lwaki Nnjawula obulokozi bw'abaana abatanatuuka mu myaka egy'ekivubuka ku bulokozi bw'abo abatuuse n'okuyita mu myaka egy'ekivubbuka lwakuba okuyita mu kwagala kwa Katonda okungi era okuyiika obuyiisi, okusala omusango okusinziira ku mutima kusobola okukozesebwa mu kibinja ky'abaana abatanatuuka mu myaka gya kivubuka.

Katonda asobola okuwaayo omukisa gumu abaana bano okufuna obulokozi kubanga abaana ab'emyaka gino tebasobola kusalawo mu bujjuvu ku nsonga nga bwe baagala n'okulowooza okuva lw'ekiri nti bakyali wansi w'abazadde baabwe.

Abaana abalungi bakkiriza Mukama bwe bawulira enjiri era ne bafuna Omwoyo Omutukuvu. Era bagenda ne mu kanisa naye tebasobola kugenda mu kanisa bwe wayitawo ebbanga olw'okuyigganyizibwa okuva mu bazadde baabwe abo ababa basinza ebifaananyi. Wabula, Mu myaka gyabwe egisooka egy'ekivubuka, basobola okusalawo ekituufu n'ekitali kituufu nga bwe baagala nga tebafuddeyo ku kiki abazadde baabwe kye bagenderera. Basobola okutwala mu maaso okukkiriza kwabwe bwe baba nga bakkiririza ddala mu Katonda okuyigganyizibwa okuva mu bakadde baabwe ne bwe kuba kw'enkana wa.

Katugambe omwana, ey'andibadde n'okukkiriza okw'omaanyi singa yali akkiriziddwa okubeerawo ebbanga eggwanvuko, afa nga muto. Olwo, kiki ekinaamutuukako? Katonda ajja kumutwala eri obulokozi okusinziira ku musango okusinziira ku mutima kubanga Amanyi ebuziba w'omutima gw'omwana oyo.

Wabula, omwana bw'atakkiriza Mukama ate n'atayita okusala omusango okusinziira ku mutima, omwana oyo abeera takyalina mukisa mulala era aba talina bwe yeewala kusibira mu Ggeyeena. Era, kitegerebwe nti obulokozi bw'abantu abasusse emyaka gy'ekivubuka bwo busalibwaawo okukkiriza kwabwe kwennyini.

Omwana azaaliddwa ng'embeera emwetooloodde si nnungi

Obulokozi obw'omwana atanayinza kusalawo kintu ky'amagezi bw'esigamizibwa nnyo ku myoyo (ekikula, n'amaanyi) by'abazadde be oba bajjajja be.

Omwana ayinza okuzaalibwa n'ekizibu ku bwongo oba ng'akwatibwa emizimu okuva nga muto ddala olw'obubi bwa bajjajjaabe n'okusinza kwabwe bakatonda abalala. Kino kiri bwe kityo lwakuba ekimutuukako kisinziira nnyo ku bazadde be ne bajjajja be bye baakola.

Ku kino, Ekyamateeka olw'okubiri 5:9-10 watulabula bwe wati:

> *Tobivuunamiranga, so tobiweerezanga: kubanga nze Mukama Katonda wo ndi Katonda wa buggya, awalana ku baana obubi bwa bajjajja baabwe, ne ku bannakasatwe ku abo abankyawa; era addiramu abantu nkumi na nkumi ku abo abanjagala, abeekuuma amateeka gange.*

1 Bakkolinso 7:14 era n'awo w'ogera nti *"Kubanga omusajja atakkiriza atukuzibwa na mukazi, n'omukazi atakkiriza*

atukuzibwa na wa luganda: singa tekiri bwe kityo, abaana ba mmwe tebandibadde balongoofu naye kaakano batukuvu."

Mu ngeri y'emu, kiba kizibu nnyo abaana okulokolebwa singa bazadde baabwe tebatambulira mu kukkiriza.

Okuva lwe kiri nti Katonda kwagala, tagaana kuwuliriza abo abakowoola erinnya Lye ne bwe baba nga bayinza okuba nga baazaalibwa n'embala ey'obubi okuva ku bazadde baabwe oba bajjajja bwe. Basobola okutwalibwa eri obulokozi kubanga Katonda addamu okusaba kwabwe bwe beenenya, ne bagezaako okutambulira mu kigambo Kye ekiseera kyonna, era n'okowoola erinnya Lye obutakoowa.

Abaebulaniya 11:6 watugamba *"Era awataba kukkiriza tekiyinzika kusiimibwa: kubanga ajja eri Katonda kimugwanira okukkiriza nga Katonda waali, era nga ye mugabi w'empeera eri abo abamunoonya."* Wadde abantu bazaalibwa n'embala ey'obubi, Katonda akyusa embala eno ey'obubi n'agifuula ennungi era n'abatwala eri eggulu bwe bamusanyusa n'ebikolwa ebirungi era ne beewaayo mu kukkiriza.

Abo abatasobola kunoonya Katonda ku bwabwe

Abantu abamu tebasobola kunoonya Katonda mu kukkiriza kubanga balina ekizibu ku bwongo oba nga baawambibwa emizimu. Bano, bayinza kukola batya?

Mu mbeera ng'eno, bazadde baabwe oba ab'enganda zaabwe balina okulaga okukkiriza okuwera ku lw'abantu abo mu maaso ga Katonda. Katonda kwagala olwo ajja kuggulawo oluggi olw'obulokozi, ng'alaba okukkiriza kwabwe n'amazima.

Abazadde beebaba ab'okunenyezebwa olw'embeera y'omwana waabwe, omwana bw'afa nga tafunye mukisa gwa bulokozi. N'olwekyo, Mbakubiriza okutegeera nti okutambulira mu kukkiriza kikulu nnyo si lwa bazadde bokka wabula n'abaana baabwe. Olina n'okutegeera omutima gwa Katonda oyo atwala omwoyo ogumu omulala ng'ogw'omuwendo okusinga ensi yonna. Nkuzzaamu amaanyi okuba n'okwagala kungi okulabirira si baana bo bokka wabula n'abaana ba balirwana bo n'abeng'anda zo mu kukkiriza.

5. Adamu ne Kaawa baali balokole?

Adamu ne Kaawa baagobebwa okujja ku nsi, oluvanyuma lw'okulya ku muti ogw'okumanya obulungi n'obubi mu bujeemu era tebaawulira njiri. Baalokolebwa? Kanyinyonyole oba nga ddala omusajja eyasooka Adamu ne Kaawa baafuna obulokozi.

Adamu ne Kaawa baajeemera Katonda

Mu ntandikwa, Katonda yakola omuntu ey'asooka Adamu ne Kaawa mu kifaananyi Kye era n'abaagala nnyo. Katonda yabategekera buli kimu nga bukyali, okubeera nga tebalina kye bajula era n'abatwala mu Lusuku Adeni. Eyo, Adamu ne Kaawa ddala baali tebalina kye bajula.

Era, Katonda n'awa Adamu amaanyi mangi n'obuyinza okufuga ebintu byonna mu nsi. Adamu yafuga ebintu byonna

51

Ggeyeena

ebissa ku nsi, mu bbanga, ne wansi mu nnyanja. Omulabe Setaani era omubi yali tasobola kwetantala kuyingira Lusuku kubanga lwali lukuumibwa wansi w'obukulembeze bwa Adamu.

Ng'atambula n'abo, Katonda Yennyini yabasomesa eby'omwoyo bulijjo mu kisa – nga taata bwayinza okusomesa abaana be abagalwa mu buli kimu okuva ku A okutuka ku Z. Adamu ne Kaawa baali tebajula mu kintu kyonna naye baakemebwa omusota omukalabakalaba ne balya ekibala eky'abagaanibwa.

Batandika okuloza ku kufa nga bwe kyayogerebwa Katonda nti tebalirema kufa (Olubereberye 2:17). Kwe kugamba, omwoyo gwabwe gw'afa wadde nga baali emyoyo emiramu. Era eky'avaamu, baagobebwa n'ebajja kunsi okuva mu Lusuku olulungi Adeni. Okuteekateeka omuntu kwatandika ku nsi eno eyali ekolimuddwa era na buli kimu ekyali ku nsi eno ne kikolimirwa mu kiseera kye kimu.

Adamu ne Kaawa baali Balokole? Abantu abamu bayinza okulowooza nti baali tebayinza kulokolebwa kubanga ebintu byonna byakolimirwa n'abantu bonna abaava mu bbo bazze babonaabona olw'ebujeemu bwe bakola ku ntandikwa. Wabula wadde guli gutyo, Katonda kwagala alese oluggi lw'obulokozi nga luggule n'eri bo.

Okwenenyeza ddala okwa Adamu ne Kaawa

Katonda akusonyiwa kasita weenenyezza ddala n'omutima gwo gwonna n'okomawo Gyali wadde obikiddwa mu bibi ebisikire ebya buli kika n'ebyo gwe wennyini by'okoze nga okyabeera mu nsi ejjudde ekizikiza n'obubi. Katonda akusonyiwa kasita weenennya okuva ku ntobo y'omutima gwo era n'okomawo Gyali ne bw'oba wali mutemu.

Bw'obageraageranya n'abantu b'enaku zino, ojja kukizuula nti Adamu ne Kaawa ddala baalina emitima emirungi era emitukuvu. Era, Katonda Yennyini yeeyabasomesa n'okwagala okulungi ennyo okumala ekiseera ekiwanvu. Olwo, ddala Katonda ayinza atya okusindika Adamu ne Kaawa mu Ggeyeena nga tabasonyiye kyokka nga beenennya okuva ku ntobo y'emitima gyabwe?

Adamu ne Kaawa baabonaabona nnyo nga bateekebwateekebwa ku nsi kuno. Baali babeera mu mirembe nga balya buli kika kya kibala buli webaagalidde mu Lusuku Adeni; naye kati, baali tebakysobola kulya nga tebakoze nnyo wadde okutuyana. Kaawa yali wakuzaaliranga mu bulumi. Baakaaba ne babonaabona olw'enaku ey'abatuukangako olw'ebibi byabwe. Adamu ne Kaawa baalaba ne ku omu ku batabani baabwe ng'atiddwa muganda waabwe.

Olowooza obulamu bw'okubeera nga bakuumibwa wansi w'okwagala kwa Katonda mu Lusuku Adeni baabusubwa kyenkana ki buli lwe baayitanga mu nnaku ng'eyo wano ku nsi? Bwe baaberanga mu Lusuku, tebaamanyanga ssanyu lye baalimu era nga tebeebaza na kwebaza Katonda kubanga nga obulamu bwabwe, okuba nga tebaabulwanga, n'okwagala kwa Katonda nga tebabiraba ng'ebikulu.

Wabula, kati baali basobola okutegeera obulamu obulungi bwe baabeerangamu mu kiseera ekyo ne batandika okwebaza Katonda olw'okwagala Kwe okungi gye bali. Era ekyavaamu, beenenyeza ddala ebibi byabwe bye baakola edda.

Katonda yabaggulira ekkubo ery'obulokozi

Empeera y'ekibi kufa, wabula Katonda oyo afuga mu kwagala n'obwenkanya asonyiwa ebibi kasita abantu beenenyeza ddala.

Katonda kwagala yakkiriza Adamu ne Kaawa okuyingira eggulu ng'amaze okukkiriza okwenenya kwabwe. Wabula, baayita ku lugwanyu okulokolebwa era babeera mu Lusuku Adeni kubanga Katonda era mwenkanya. Ekibi kyabwe— okwabulira okwagala kwa Katonda okungi—tekyali kitono. Adamu ne Kaawa beebaviirako obwetaavu bw'okuteekateeka abantu wamu n'okubonaabona, obulumi, n'okufa kw'abazukulu baabwe olw'obujeemu bwabwe.

Wadde kyali mu nteekateeka ya Katonda okuganya Adamu ne Kaawa okulya ku muti ogw'okumanya obulungi n'obubi, ekikolwa kino kye nnyini kyaleetera abantu abatabalika okubonaabona n'okufa. N'olwekyo, Adamu ne Kaawa baali tebasobola kuyingira kifo kisingako ku Lusuku lwa Katonda mu ggulu era, baali tebasobola kufuna mpeera ya kitiibwa yonna.

Katonda akola n'okwagala wamu n'obwenkanya

Katulowooze ku kwagala kwa Katonda n'obwenkanya nga tutunuulira omutume Paulo.

Omutume Paulo yeeyali omusaale mu kuyigganya abakkiriza ba Yesu era ng'abasiba bwe yali tannamanya Yesu bulungi. Stefano bwe yattibwa ng'alaba Mukama, Paulo yaliwo era n'alaba

Stefano ng'atibwa n'amayinja era n'akitwala nga kye kituufu.

Wabula, Paulo yasisinkana Mukama n'amukkiriza bwe yali agenda e Damasiko. Mu kiseera ekyo, Mukama yamugamba nti yali wa kufuuka omutume wa Bamawanga era aboneebone nnyo. Okuva olwo, omutume Paulo yeenenyeza ddala era n'awaayo obulamu bwe bwonna eri Mukama.

Yasobola okuyingira Yerusaalemi Empya kubanga yatuukiriza omulimu ogw'amuweebwa n'essanyu wadde nga mwalimu okubonaabona kungi, era yali mwesigwa ekimala okuba nti yawaayo obulamu bwe bwonna ku lwa Mukama.

Tteeka lya butonde okukungula nga bw'osiga mu nsi muno. Kye kimu ne mu nsi ey'omwoyo. Ojja kukungula obulungi bw'oba nga wasiga bulungi era ojja kukungula obubi bw'oba wasiga bubi.

Nga bw'olaba bwe kyali ne ku Paulo, n'olwekyo, olina okukuuma omutima gwo, oleme kusumagira, era obeere ng'okimanyi mu mutima nti ebigezo bijja kukugoberera olw'ebikolwa byo ebibi eby'edda ne bw'osonyiyibwa olw'okubyenenyeza ddala.

6. Kiki eky'atuuka ku mutemu ey'asooka Kayini?

Kiki eky'atuuka ku mutemu ey'asooka Kayini, ey'afa nga tawulidde ku njiri? Katwekenneenye oba yalokolebwa oba nedda okusinziira ku kusalirwa omusango okusinziira ku mutima.

Ggeyeena

Ab'oluganda Kayini ne Abiri bawaayo ekiweebwaayo eri Katonda

Adamu ne Kaawa bazaala abaana ku nsi kuno oluvanyuma lw'okugobebwa mu Lusuku Adeni: Kayini ye yasooka era nga Abiri yali muto we. Bwe baakula, baawaayo ebiweebwaayo eri Katonda. Kayini yawaayo ebibala by'ettaka ng'ekiweebwaayo eri Katonda ate ye Abiri n'awaayo ku baana b'endiga ze ababereberye n'amasavu gaazo.

Katonda n'akkiriza Abiri ne ky'awaddeyo; naye Kayini ne ky'awaddeyo teyamukkiriza. Olwo lwaki Katonda yakkiriza Abiri ne kye yawaayo?

Tolina kuwaayo eri Katonda ekintu ky'ataasiime. Okusinziira ku mateeka g'ensi ey'omwoyo, olina okusinza Katonda n'omusaayi gw'ekiweebwaayo ekiyinza okusonyiwa ebibi. N'olwekyo, mu biseera by'Endagaano Enkadde, abantu bawaangayo nte oba endiga okusinza Katonda ate mu biseera by'Endagaano Empya, Yesu Omwana gw'Endiga yafuuka ekiweebwaayo ng'ayiwa omusaayi gwe.

Katonda akkiriza, asiima, n'okuddamu okusaba kwo, era n'akuwa n'omukisa bw'Omusinza n'ekiweebwaayo eky'omusaayi, kwe kugamba, okujjako ng'omusinzizza mu mwoyo. Ekiweebwaayo eky'omwoyo kitegeeza okusiinza Katonda mu mwoyo era mu mazima. Katonda tasiima kusinza kwo bw'osumagira oba n'owulira obubaka n'ebirowoozo ebigayaavu mu kusaba.

Katonda yakkiriza Abiri yekka ne kiwebwaayo Kye

Adamu ne Kaawa baali batekwa kuba nga bamanyi amateeka ag'omwoyo ag'akwata ku mateeka g'okuwaayo kubanga Katonda yali abasomesezza amateeka ago mu Lusuku Adeni okumala ekiseera ekinene ng'atambula n'abo. Era nga kiteekwa kuba nga baasomesa abaana baabwe engeri y'okuwaamu ekiweebwaayo ekituufu era ekisiimibwa Katonda.

Ku ludda olumu, Abiri y'asinza Katonda n'ekiweebwaayo eky'omusaayi mu kugondera eby'o bakadde be bye baamusomesa. Ku ludda olulala, Kayini teyaleeta kiweebwaayo kya musaayi wabula yaleeta ebimu ku bibala by'ettaka ng'ekiweebwaayo eri Katonda nga ye bwe yalaba.

Ku kino, Abaebulaniya 11:4 wagamba, *"Olw'okukkiriza Abiri yawa Katonda ssaddaaka esinga obulungi okukira eya Kayini, eyamutegeezesa okuba n'obutuukirivu, Katonda bwe yategeereza ddala ku birabo bye; era olw'okwo newakubadde nga yafa akyayogera."*

Katonda yakkiriza ssaddaaka ya Abiri kubanga yasinza Katonda mu mwoyo era mu bugonvu eri okwagala Kwe n'okukkiriza. Wabula, Katonda teyakkiriza kiweebwaayo kya Kayini kubanga teyamusinza mu mwoyo wabula Yamusinza ng'asinziira ku ye kyalowooza era n'akikola mu ngeri ye.

Kayini yatta Abiri lwa bujja

Bwe yalaba nga Katonda akkiriza ssaddaaka ya muganda we so si eyiye, Kayini n'asunguwala nnyo n'amaaso ge ne

Ggeyeena

g'onooneka. Era eky'avaamu, n'agwiira Abiri era n'amutta.

Mu mulembe gumu gw'okka ogwali gwa kabaawo okuva okuteekateeka omuntu lwe kwatandika ku nsi kuno, obujjeemu bw'azaala obujja, obujja ne buzaala omululu n'obukyaayi, omululu n'obukyaayi ne buvaamu obutemu. Kino nga kya nnaku?

Ndowooza olaba emisinde abantu kwe b'onoonera emitima gyabwe n'ekibi kasita bakkiriza ekibi mu mitima gyabwe. Eno yensonga lwaki tolina kuleka kibi ne bwe kiba kitono kitya kuyingira mutima gwo wabula kigyeemu mangu ddala.

Kiki akyatuuka ku mutemu ey'asooka Kayini? Abantu abamu bagamba nti Kayini tayinza kuba nga yalokolebwa kubanga yatta muganda we omutuukirivu Abiri.

Kayini yamanya Katonda okuyita mu bazadde be. Bw'obageraageranya n'abanu ba leero, abantu mu biseera bya Kayini baasikiranga ekibi ekisikire okuva ku bazadde baabwe nga si ky'amaanyi nnyo. Wadde Kayini yattirawo muganda we olw'obujja, naye omutima gwe gwali muyonjo. N'olwekyo, wadde yali asse, Kayini yali asobola okwenenya okuyita mu kibonerezo kya Katonda era Katonda n'amusaasira.

Kayini yalokolebwa oluvanyuma oluvanyuma lw'okweneyeza ddala

Mu Lubereberye 4:13-15, Kayini yeegayirira Katonda nti okubonerezebwa kwe tekuyinzike kugumiikirizika era n'amwegayirira Amusaasire bwe yali ng'akolimiddwa era n'afuuka emomboze era omutambuze ku nsi. Katonda n'addamu nti, *"Buli alitta Kayini kyaliva awalanwa eggwanga emirundi omusanvu"* era Katonda n'ateeka akabonero ku Kayini waleme okubaawo n'omu amutta.

Wano, olina okutegeera nga Kayini bwe yeenenyeza ddala ng'amaze okutta muganda we. Singa tekyali kityo, tewali ngeri gye yandiyogeddemu ne Katonda, Katonda alyoke amuteekeko akabonero obutamutta ng'akabonero k'okumusonyiwa. Singa Kayini yali abulidde ddala ng'alina kusibira mu Ggeyeena, olwo lwaki Katonda yawulira okusaba kwa Kayini, gamba n'okumuteekako akabonero?

Kayini yalina okuba omutambuze ku nsi ng'ekibonerezo eky'okutta muganda we naye ku nkomerero yafuna obulokozi okuyita mu kwenenya ekibi kye. Wabula, nga ne ku Adamu, Kayini naye yayitira ku lugwanyu okulokolebwa era n'akkirizibwa okubeera ku njegoyego z'olusku – lwa Katonda si na wakati waalwo – olusuku.

Katonda omwenkanya yali tayinza kukkiriza Kayini kuyingira kifo kisinga ku Lusuku lwa Katonda mu ggulu, wadde yali yeenenyezza. Wadde Kayini yabeerawo mu mulembe omuyonjoko era ogutajjudde nnyo kibi, yali muntu mubi okutuuka okutta muganda we yennyini.

Wabula wadde guli gutyo, kayini osanga yandibadde asobola okuyingira mu kifo ekisinga ku Lusuku singa omutima gwe omubi gwali guteekeddwateekeddwa ne gufuuka omulungi, era singa yakola buli ekisoboka okusanyusa Katonda n'amaanyi ge n'omutima gwe gwonna. Kyokka era, Omutima gwe si gwe gwali omulungi ennyo oba omutukuvu.

Ggeyeena

Lwaki Katonda abantu ababi tababonererezaawo?

Osobola okuba n'ebibuuzo bingi bw'oba ng'otambulira mu bulamu obw'okukkiriza. Abantu abamu babi nnyo wabula Katonda tababonereza. Abalala ne babonaabona n'endwadde oba ne bafa olw'obubi bwabwe. Era n'abalala ne bafa ku myaka emito wadde nga balinga abeesigwa ennyo eri Katonda.

Eky'okulabirako, Kabaka Saulo yali mubi nnyo mu mutima okwagala okutta Daudi wadde yali akimanyi nti Katonda yeeyamufukako amafuta. Era, Katonda n'aleka Kabaka Saulo nga tabonerezeddwa. Era eky'avaamu, Saulo ne yeeyongera okuyigganya Daudi.

Kino kye kyali eky'okulabirako eky'ekigendererwa ky'Okwagala kwa Katonda. Katonda yali ayagala okutendeka Daudi okumufuula ekibya ekinene era kunkomerero amafuule kabaka okuyita mu Saulo omubi. Eno yensonga lwaki Saulo y'afa nga okutendeka Daudi kuwedde.

Mu ngeri y'emu, Okusinziira ku buli muntu kinnoomu, Katonda abonereza abantu amangu ddala, oba n'abaleka okubeerawo nga tebabonerezeddwa. Buli kimu kibaamu ekigendererwa kya Katonda.

Olina okunoonya ekifo ekisingako mu ggulu

Mu Yokaana 11:25-26, Yesu yagamba nti, *"Nze kuzuukira n'obulamu; akiriza nze, newakubadde ng'afudde, aliba mulamu, na buli muntu mulamu akkiriza nze talifa emirembe n'emirembe. Okkiriza ekyo?"*

Abo abalokoleddwa okuyita mu kukkiriza enjiri tebalirema kuzuukira, bateekeko omubiri ogw'omwoyo, era beeyagalire mu kitiibwa eky'olubeerera mu ggulu. Abo abakyali abalamu ku nsi bajja ku kwatibwa mu bire okusisinkana Mukama mu bbanga bw'anaakomawo okuva mu ggulu. Gy'okoma okufaanana ekifaananyi kya Katonda, gyojja n'okukoma okufuna ekifo ekisingako mu ggulu.

Ku kino, Yesu atugamba mu Matayo 11:12 nti *"Okuva ku biro bya Yokaana Omubatiza okutuusa leero obwakabaka obw'omu ggulu buwaguzibwa, n'ababuwaguza babunyaga lwa maanyi."* Yesu yatuwa ekisuubizo ekirala mu Matayo 16:27, *"Kubanga Omwana w'omuntu agenda kujjira mu kitiibwa kya Kitaawe ne bamalayika be; n'alyoka asasula buli muntu nga bwe yakola."* 1 Bakkolinso 15:41 n'awo wagamba nti *"Ekitiibwa ky'enjuba kirala, n'ekitiibwa ky'omwezi kirala, n'ekitiibwa ky'emmunyeenye kirala; kubanga emmunyeenye teyenkana na ginnaayo kitiibwa."*

Tosobola kulema kuyaayaanira kifo kisingako mu ggulu. Olina okugezaako okwongera okuba omutukuvu n'okwongera okuba omwesigwa mu byonna mu nyumba ya Katonda, olwo osobole okukkirizibwa okuyingira mu Yerusaalemi Empya eyo Namulondo ya Katonda gyesangibwa. Ng'omulimi ali mu kukungula, Katonda ayagala okukulembera abantu bangi nga bwe kisoboka eri obwakabaka obusingako mu ggulu okuyita mu kuteekebwateekebwa kw'abantu mu nsi muno.

Ggeyeena

Olina okumanya ensi ey'omwoyo bulungi okuyingira mu ggulu

Abantu abaatamanya Katonda ne Yesu Kristo kiba kizibu okuyingira Yerusaalemi Empya wadde nga balokolebwa nga basinziira ku mitima gyabwe. Waliwo abantu abatamanyi bulungi ekigendererwa ky'o kuteeketeeka abantu, omutima gwa Katonda, ensi ey'omwoyo wadde nga bawulidde enjiri. N'olwekyo, tebakimanyi nti abo abawaguza olw'empaka beebasobola okufuna obw'akabaka obw'omu ggulu era nga tebalina na ssuubi lya Yerusaleemi Empya.

Katonda atugamba *"Beeranga mwesigwa okutuusa okufa, nange ndikuwa engule ey'obulamu"* (Okubikkulirwa 2:10). Katonda akuweera ddala empeera mu bungi mu ggulu okusinziira ku ky'osize. Empeera ziba nnungi nnyo kubanga tezoonooneka ate zisigala nga za kitiibwa olubeerera.

Kino bw'onookimanya n'okukijjukiranga, osobola okwetegeka obulungi ng'omugole wa Mukama omulungi ng'abawala embeerera abagezigezi oly'oke otuukirize omwoyo omulamba.

1 Bassessalonika 5:23 wasoma, *"Era Katonda ow'emirembe yennyini abatukulize ddala; era omwoyo gwammwe, n'obulamu, n'omubiri byonna awamu bikuumibwenga awatali kunenyezebwa mu kujja kwa Mukama waffe Yesu Kristo."*

N'olwekyo, olina okwetegeka n'obwegendereza ng'omugole wa Mukama otuukirize Omwoyo omulamba nga okudda kwa Mukama Yesu Kristo, oba Katonda okuyita omwoyo gwo kyonna ekinasooka.

Tekimala okujja kukanisa kyokka buli sande n'okwogera nti, "Nzikiriza." Olina okweggyako buli kika kya bubi kyonna era obeere mwesiga mu byonna mu nnyumba ya Katonda. Gy'okoma okusanyusa Katonda, gy'okoma okufuna ekifo ekisingako mu ggulu.

Nkukubiriza okufuuka omwana wa Katonda omutuufu n'amagezi gano. Mu linnya lya Mukama, Nsaba oleme kutambula butambuzi na Mukama wano kunsi wabula obeera kumpi ddala ne Namulondo ya Katonda mu ggulu emirembe n'emirembe.

Essuula 3

Entaana eya Wansi N'enfaanana y'ababaka b'omu Ggeyeena

1. Ababaka B'omu Ggeyeena batwala Abantu eri Entaana eya Wansi
2. Ekifo Awalindirwa ekikutwala eri Ensi ey'Emyoyo Emibi
3. Ebibonerezo eby'enjawulo mu Ntaana eya Wansi eby'ebibi eby'enjawulo
4. Lusifa Yafuga Entaana eya Wansi
5. Enfaana y'Ababaka B'omu Ggeyeena

"Kuba oba nga Katonda teyasonyiwa
bamalayika bwe baayonoona,
naye n'abasuula mu lukonko n'abawaayo
eri obunnya obw'ekizikiza,
okubakuumira omusango."
- 2 Peteero 2:4 -

"Ababi balidda mu magombe.
Ge mawanga gonna ageerabira Katonda."
- Zabuli 9:17 -

Entaana eya Wansi N'enfaanana y'ababaka b'omu Ggeyeena

Mu biseera by'amakungula buli mwaka, abalimi babeera basanyufu nga basuubira ebimera ebirungi. Wabula, kiba kizibu okubeera nga bakungula eng'ano esingayo-obulungi bulijjo wadde bakola nnyo buli lunaku emisana, n'ekiro, ng'abateekamu ebigimusa, nga bakoola, n'ebiringa ebyo. Mu bimera, oyinza okusanga ebigwa mu nnamba-bbiri, mu y'okusatu n'ebisusunku. Abantu tebasobola kulya bisusunku ng'emmere. N'ekirala, ebisusunku tebisobola kukung'anyizibwa wamu na ng'ano kubanga ebisusunku bijja kw'onoona eng'ano. Eno yensonga lwaki omulimi akung'anya ebisusunku n'abyokya oba n'abikozesa ng'ebigimusa.

Kye kimu ne Katonda bw'aba ateekateeka abantu wano ku nsi. Katonda anoonya abaana abatuufu abo abatukuvu era abalina ekifaananyi kya Katonda ekituukiridde. Wabula, waliwo abantu abamu abategyaako bibi byabwe byonna oba abalala nga bbo bonna baamalibwaawo dda obubi era ne baba nga tebakyatuukiriza buvunaanyizibwa bwabwe ng'abantu. Katonda ayagala baana batukuvu era abatuufu naye era ne mu ggulu akung'aanyizaayo abo ab'afa nga tebannegirako ddala bibi byabwe kasita babeera nga bagezaako okutambulira mu kukkiriza.

Ku ludda olumu, Katonda tasindika bantu eri Ggeyeena etiisa bw'etyo bwe baba nga balina okukkiriza ne bwe kuba kutono ng'akaweka ka kalidaali okuba nga beesigama ku musaayi gwa Yesu Kristo nga tafudde ku kigendererwa Kye eky'asookaawo eky'okuteekateeka n'okukung'aanya abo bokka abaana abatuufu. Ku ludda olulala, Abo abatakkiririza mu Yesu Kristo era ne balwanyisa Katonda okutuuka ku nkomeerero w'aba tewali kiralala kya kubakolera okujjako okugenda mu ggeyeena kubanga balonzeewo ekkubo ery'okuzikirira olw'ebibi byabwe ebibalimu.

Olwo, emyoyo egitalokoleddwa ginaasindikibwa gitya mu Ntaana eya Wansi era eyo banaabonerezebwaayo batya? Njakunyonyola mu bujjuvu Entaana eya Wansi eya Ggeyeena n'enfaanana y'ababaka ba Ggeyeena.

1. Ababaka B'omu Ggeyeena batwala Abantu eri Entaana eya Wansi

Ku ludda olumu, omuntu omulokole alina okukkiriza bw'afa, bamalayika babiri bajja ne bamukulembera eri Entaana eya Waggulu eye ggulu. Mu Lukka 24:4, tulaba ba malayika babiri abalindiridde Yesu oluvanyuma lw'okuziikibwa Kwe n'okuzuukira. Ku ludda olulala, omuntu atali mulokole bw'afa, ababaka babiri aba Ggeyeena bajja okumutwala eri Entaana eya Wansi. Ebiseera ebisinga kisoboka okutegeera oba omuntu ali ku ndiri alokoleddwa oba nedda nga weetegereza mu maaso ge bwe muli.

Ng'ekiseera ky'okufa tekinnaba

Amaaso g'abantu ag'omwoyo gaggulibwaawo nga tebannafa. Omuntu afiira mu ddembe n'akamwenyumwenyu ku matama bw'alaba bamalayika mu kitangaala era n'omulambo tegukalambalirawo. Ne bwe wayitawo ennaku bbiri oba ssatu,

Entaana eya Wansi N'enfaanana y'ababaka b'omu Ggeyeena

omulambo teguvunda oba okuwunya, era omuntu abeera ng'akyali omulamu.

Wabula ate, nga kirabika ekiseera ekyo kiba kya ntiisa nnyo na kukankana eri omuntu atalakoleddwa okulaba omubaka wa geyeena atiisa ennyo ng'amukimye! Bafiira mu kutya okw'amaanyi ennyo, nga tebasobola na kuzibiriza maaso gaabwe.

Obulokozi bw'omuntu bwe buba si bukakafu, Bamalayika n'ababaka ba Ggeyeena balwanagana buli omu ku bo okutwala omwoyo ogwo ku ludda lwe. Yensonga lwaki omuntu aba tateredde okutuuka lw'afa. Ng'ayinza okutya n'okuba mu bulumi ng'alaba ababaka ba Ggeyeena nga baleeta emisango egimuluma, nga bwe bagamba obutalekaayo nti, "Talina kukkiriza kumusobozesa kulokolebwa"?

Omuntu alina okukkiriza okutono bw'aba ku ndiri, alina okuyambibwako abo abantu abalina okukkiriza okw'amaanyi nga bamuyambako okukuza okukkiriza kwe okuyita mu kusinza n'okutendereza. Olwo ayinza okufuna obulokozi ne bw'abeera ku ndiri bw'aba n'okukkiriza, wadde aba ayise ku lugwanyu era n'afuna obulokozi obw'ekiswavu era nasibira mu Lukusu lwa Katonda.

Osobola okulaba omuntu ali ku ndiri ng'atandise okufuna emirembe kubanga aba afuna okukkiriza okumusobozesa okulokolebwa abantu bwe baba basinza n'okutendereza ku lulwe. Omuntu alina okukkiriza okw'amaanyi bw'aba ku ndiri, temwetaaga kumuyamba kufuna oba okukuza okukkiriza kwe. Naye kiba kirungi okumuwa essuubi n'essanyu.

Ggeyeena

2. Ekifo Awalindirwa ekikutwala eri Ensi ey'Emyoyo Emibi

Ku ludda olumu, n'omuntu alina okukkiriza okunafu ennyo asobola okulokolebwa bw'afuna okukkirizaokuyita mu kusinza wamu n'okutendereza bw'aba ali ku ndiri. Ku ludda olulala, bw'aba talokoleddwa, ababaka ba Ggeyeena bamukulembera eri ekifo awalindirwa ekye Ntaana eya Wansi, era awo walina okwetegekera okuggya mu nsi ey'emyoyo emibi.

Nga Emyoyo egirokoleddwa bwe giba ne nnaku ssatu nga giyambibwa okumanyiira ensi ey'omwoyo nga giri mu Ntaana eya Waggulu, emyoyo egitalokoleddwa n'agyo gimala ennaku ssatu mu kifo awalindirwa ekifaanana ng'ekinnya ekinene ennyo mu Ntaana eya Wansi.

Ennaku ssatu ezikusobozesa okumanya eby'omu Ggeyeena mu kifo Awalindirwa

Ekifo Awalindirwa mu Ntaana eya Waggulu, eyo emyoyo egirokoleddwa gye gibeera okumala ennaku ssatu, kijjudde okujjaganya, emirembe, n'essuubi ery'obulamu obw'ekitiibwa obw'omumaaso. Wabula yo mu kifo Awalindirwa mu Ntaana eya Wansi, embeera ya kifuula nnenge.

Emyoyo egitalokoleddwa gijja kubeera mu bulumi obutagumiikirizika, nga gifuna ebibonerezo eby'enjawulo okusinziira ku bikolwa byabwe mu nsi. Nga teginagwa mu Ntaana eya Wansi, gyeteegekera obulamu mu nsi ey'emyoyo emibi mu kifo awalindirwa okumala ennaku ssatu. Ennaku ezo essatu mu kifo Awalindirwa si za mirembe wabula eba entandikwa y'obulumi bwabwe obw'olubeerera.

Ebinyonyi ebya buli kika ebirina emimwa eminene ate nga misongovu bitandika okubojja emyoyo gino. Ebinyonyi bino bifaanana bubi nnyo era bye bimu kubikozesebwa abantu okw'etamwa ekitali ku binyonyi by'oku nsi kuno.

Emyoyo egitalokoleddwa giba gyavudde dda mu mibiri gyagyo era, oyinza okulowooza nti tegirumwa. Naye ebinyonyi bino biba bibalumya kubanga n'abyo wano mu kifo Awalindirwa bitonde bya mwoyo.

Ebinyonyi bino bwe bibojja emyoyo, emibiri gy'emyoyo gino giyuzibwa n'egitiiriika omusaayi era n'amaliba gaagyo gaba gavaako. Emyoyo gigezaako okudduka ku binyonyi bireme okugibojja naye tekisoboka. Gibeera mu kufuba kudduka nga bwe gireekana. Olumu, ebinyonyi bijja kugitungulamu maaso

3. Ebibonerezo eby'enjawulo mu Ntaana eya Wansi eby'ebibi eby'enjawulo

Oluvanyuma lw'okubeera mu Kifo Awalindirwa okumala ennaku ssatu, emyoyo egitalokoleddwa gisindikibwa mu bifo eby'enjawulo awali ebibonerezo mu Ntaana eya Wansi okusinziira ku bibi byabwe ku nsi kuno. Mu ggulu wannene bulungi. Naye ne mu Ggeyeena wanene nnyo nti waliwo ebifo bingi ebyawuliddwamu ebisobola okugyaamu emyoyo gyonna egitalokoleddwa mu Ntaana eya Wansi, nga kino kitundu butundu ku Ggeyeena yonna.

Ggeyeena

Ebifo Eby'enjawulo eby'ebibonerezo

Okutwaliza awamu, Entaana eya Wansi ejjudde enzikiza era waliyo ebbugumu, era emyoyo eyo gye giwulirira ebbugumu eringi. Emyoyo egitalokoledda gijja kubonyaabonyezebwa buli ssaawa nga gikubibwa, gibojjebwa, n'okuyuzibwa.

Mu nsi eno, Okugulu kwo oba omukono bwe bisalibwako, olina okutambula nga tolina mugulu oba mukono. Bw'ofa, ennaku yo n'emitawaana biba bigenda n'okufa kwo. Wabula mu Ntaana eya Wansi, Ensingo yo bwesalibwako, ensingo yo eddako. Ne bwoba olina ekitundu ky'omubiri ekisaliddwako, Omubiri gwo guddawo ne gufuuka mulamba. Nga bw'otasobola kusala mazzi ne bw'oba n'akambe akafaanana katya, tewali kubonyaabonyezebwa, kubojjebwa, oba okuyuzibwa ebiyinza okukomya ennaku y'omwoyo ogwo.

Amaaso go gajja kuddizibwaamu ng'ebinyonyi bimaze okugabojjamu. Ne bw'ofuna ng'ofunye ebiwundu nga ne byenda byo bifulumye, bwe wayitawo akabanga nga oddawo. Omusaayi gwo gujja kuyiika obutakoma bw'onooba obonyaabonyezebwa, naye tosobola kufa kubanga gujja kuddamu. Bino ebijja biddiring'ana bikukaabya obutakoma.

Eyo yensonga waliyo omugga ogw'omusaayi ogukulukuta nga guva ku musaayi gw'abantu abali mukubonyaabonyezebwa mu Ntaana eya Wansi. Jjukira nti omwoyo tegufa. Bwe gubonyaabonyezebwa olubeerera, n'obulumi n'abwo bubaawo olubeerera. Emyoyo gisaba gife naye tegisobola era tegikkirizibwa kufa. Olw'okubonyaabonyezebwa okutaggwa, Entaana eya Wansi ejjudde emiranga gy'abantu, okulaajana, n'omusaayi oguvunda oguwunya obubi ennyo.

Emiranga mu Ntaana eya Wansi

Nsuubira nti abamu ku mwe mwali mubaddeko mu lutalo. Bw'oba tobeerangako mu lutalo wakati, oyinza okuba nga wali olabyeko bu firimu obuzannya ku ntalo obulaga emiranga n'obulumi abantu bwe babeeramu. Abantu abafunye ebisago baba babunye buli wamu. Abamu bakutukako amagulu oba emikono. Amaaso gaabwe gayonoonebwa n'obwongo bw'abamu nga buyiise ebweru. Omuntu aba tamanyi amasasi banaatandika ddi okugasumulula oba ganaamukwasa oba nedda. Ekifo ekyo ekyo kijjudde omukka oguva mu by'okulwanisa, ekivundu ekiva mu mirambo egivunze, okulaajana, n'emiranga. Abantu bayinza okuyita ekifo ng'ekyo "ggeyeena ku Nsi."

Wabula, embeera eno embi bwetyo ey'omu Ntaana eya Wansi esingirawo ddala ku mbeera yonna ebeera mu lutalo mu nsi eno. Era, emyoyo mu Ntaana eya Wansi tegibonaabona ku lw'obulumi obuliwo kati bwokka, naye n'okwerariikirira olw'ebyo ebinaatera okujja.

Okubonyaabonyezebwa kw'amaanyi gye bali era bagezaako okudduka naye nga tebalina gye balaga. Era, ekiba kibalindiridde gwe muliro ogutazikira n'ekirungo ekya Sulfur eky'ebuziba wa Ggeyeena.

Nga kujja kuba kwejjusa n'akulajana emyoyo gino kye gunaabeerako bwe ginaalengera ekirungo kya sulfur w'omu Ggeyeena ayaka, nga bwe bagamba, "Kale singa nnakkiriza nga babuulira enjiri.... Mazima ddala sandiyonoonye...!" Wabula, tewali mukisa mulala era teri kkubo ddala lya kubalokola.

4. Lusifa Yafuga Entaana eya Wansi

Omuntu tasobola kumalayo bungi n'amaanyi g'ebibonerezo eby'omu Ntaana eya Wansi. Nga ebibonerezo bwe byawukana ku nsi kuno, kye kimu n'okubonyaabonyezebwa mu Ntaana eya wansi.

Abamu bayinza okubonyaabonyezebwa emibiri gyabwe ne gibeera nga givunda. Abalala bayinza okufana eky'okuba ng'emibiri gyabwe gibeera giriibwa n'omusaayi gwabwe nga gunuunibwamu ebiku n'ebiwuka ebirala. Waliwo abalala nga banyigirizibwa ku mayinja ag'okya ennyo oba abalala ne basigala nga bayimiridde ku musenyu oguba gukubisaamu emirundi musanvu okwokya ku ogwo ogw'omu dddungu oba ku mbalama z'ennyanja mu nsi muno. Olumu, ababaka ba ggeyeena bennyini be babonyaabonya emyoyo mu ggeyeena. Engeri endala mwe babonyaabonya emyoyo mwe muli okukozesa amazzi, omuliro, n'engeri endala nnyingi saako okukozesa ebyuma eby'enjawulo.

Katonda kwagala tafuga kifo kino eky'emyoyo egitalokoleddwa. Katonda obuyinza bw'okufuga ekifo kino yabukwasa emyoyo emibi. Akulira emyoyo emibi gyonna, Lusifa, yafuga Entaana eya Wansi, eyo emyoyo egitaalokolebwa ebisusunku gye gijja okubeera. Mu kifo kino teri kusaasira, era Lusifa yafuga Entaana eya Wansi mu buli kimu.

Entaana eya Wansi N'enfaanana y'ababaka b'omu Ggeyeena

Enfaanana ya Lusifa, akulira emyoyo emibi gyonna

Lusifa Yani? Lusifa yali omu ku bamalayika abakulu, Katonda gwe yali ayagala ennyo era ng'amuyita "omwana w'enkya" (Isaaya 14:12). Wabula wadde guli gutyo, yajeemera Katonda era n'afuuka mukulu w'emyoyo emibi.

Ba malayika mu ggulu tebalinaamu buntu era tebasobola kukola nga bwe baagala. N'olwekyo, tebasobola kusalawo bintu okusinziira ku kwagala kwabwe era bbo bagoberera bugoberezi mateeka nga ebyuma ebikola emirimu eby'efaanaanyiriza abantu. Wabula, Katonda bamalayika abamu abawaamu ak'obuntu era n'agabana n'abo okwagala. Lusifa, eyali omu kubamalayika ab'ekika kino, yeeyali avunaanyizibwa ku nnyimba ez'omu ggulu. Lusifa yatenderezanga Katonda n'eddoboozi lye eddungi n'ebivuga era ng'asanyusa nnyo Katonda ng'ayimba ekitiibwa kya Katonda.

Wabula, yatandika mpolampola okwemanya olw'okwagala kwa Katonda kwe yalina gyali okwenjawulo era okwagala kwe okusinga ku Katonda obukulu n'amaanyi by'amuleetera okukyukira Katonda ku nkomerero.

Lusifa yasoomooza n'okukyukira Katonda

Baibuli etugamba nti bamalayika abawera baagoberera Lusifa (2 Petero 2:4; Yuda 1:6). Mu ggulu waliyo enkumi ne nkumi za ba malayika era bamalayika ab'enkana nga ekitundu kimu ku bisatu ku bano baagenda ne Lusifa. Ndowooza olaba obungi bwa bamalayika abaagenda ne Lusifa. Lusifa yajeemera Katonda mu

Ggeyeena

kwemanya.

Kyasoboka kitya bamalayika abatabalika okugenda ne Lusifa? Kino oyinza okukitegeera mangu bw'olowooza ku ky'okuba nti bamalayika bagoberera mateeka nga bw'olaba ebyuma ebikozi by'emirimu oba ebyo eby'efaanaanyiriza abantu.

Ekisooka, Lusifa yafuna obuwagizi bw'abamu ku bamalayika abakulu, abaali bamuwuliriza, bwatyo n'azza abo ba malayika abaali wansi w'abamalayika abakulu abaali bazze ku ludda lwe.

Ng'ogyeko ba malayika, agasolo aganene ag'atuulanga okumpi ne Namulondo ya Katonda n'ago gaagoberera okwekalakaasa kwa Lusifa. Lusifa, eyasoomooza Katonda mu kwekalakaasa, oluvanyuma lwa byonna, yawangulwa era n'asuulibwa okuva mu ggulu gye yasooka okubeera n'abagoberezi be. Olwo n'ebasibibwa mu bunya obuwanu okutuusa lwe baalina okukozesebwa mu kuteekateeka abantu.

Ng'ogudde okuva mu ggulu, ggwe emmunyeenye ey'enkya, omwana w'enkya! Ng'otemeddwa okutuuka ku ttaka, ggwe eyamegganga amawanga! N'oyogera mu mutima gwo nti Ndirinnya mu ggulu, ndigulumiza entebe yange okusinga emmunyeenye za Katonda, era ndituula ku lusozi olw'ekibiina ku njuyi ez'enkomerero ez'obukiika obwa kkono ndirinnya okusinga ebire we bikoma, ndifaanana oyo ali waggulu ennyo. Naye olissibwa emagombe, ku njjuyi ez'enkomerero ez'obunnya (Isaaya 14:12-15).

Lusifa yali mulungi nnyo nnyo bwe yali ali mu ggulu

n'okwagala kwa Katonda okuyiika obuyiisi. Wabula bwe yamala okujeema, n'abijja era mu ngeri etiisa.

Abantu abaamulaba n'amaaso gaabwe ag'omwoyo bagamba nti Lusifa mubi nnyo nnyo enfanana ye tekkirizika bw'omulaba. Atunula ng'atalina bulamu n'enviiri ze entankuufu ezisiigiddwa langi ez'enjawulo nga emyufu, enjeru, ne ya kyenvu, nga bwezifuyibwa mu bbanga.

Leero, Lusifa aleetera abantu okwagala okumufaanana mu nnyambala ne mu nviiri ze bakola. Abantu bwe bazina, babeera ng'abalalu, era nga bafunya ne feesi, nga bwe basonga engalo zaabwe.

Gino gy'emirembe gy'ennaku zino Lusifa gyatondawo nga giyitira mu mikutu gy'empuliziganya ne mu by'obuwangwa. Emisono gino giyinza okwonoona endowooza z'abantu era n'ezibatwala mu kuccankalana. Era, emisono gino gireetera abantu okuba ewala ne Katonda n'okumwegaana.

Abaana ba Katonda balina okuba ab'enjawulo baleme okugwa mu misono na mirembe gya nsi. Bw'onoogwa mu butego bw'emisono gy'ensi, oba weeretedde wekka okweggyako okwagala kwa Katonda kubanga emisono gy'ensi gitwala omutima gwo n'ebirowoozo byo (1 Yokaana 2:15).

Emyoyo emibi gifuula Entaana eya Wansi ekifo ekitiisa

Ku ludda olumu, Katonda kwagala ye bulungi bwe nnyini. Atutegekera buli kimu mu ndowooza Ye ennungi era ey'amagezi era ey'obwenkanya. Ayagala tubeere mu ssanyu erisingirayo ddala mu ggulu eddungi. Ku ludda olulala, Lusifa ye bubi bwe

Ggeyeena

nnyini. Emyoyo emibi nga beebagoberezi ba Lusifa babeera buli ssaawa balowooza ku ngeri gye bayinza okwongera okukaabyaamu abantu. Mu magezi gaabwe agajjudde obubi, bafuula Entaana eya Wansi okuba ng'eyongera okutiisa nga bayiiya buli ngeri y'okubonyaabonyamu emyoyo.

Ne mu nsi eno, okuva mu byafaayo byonna abantu bayiiya engeri enkambwe ez'okubonyaabonyaamu banaabwe. Korea bwe yali wansi w'obufuzi bwa Japan, aba Japan baabonyaabonya nnyo abakulembeze ba Korea ab'omu kibiina kya national independence movements nga bafumita wansi w'enjala zaabwe ez'engalo n'empiso oba nga babakuulamu enjala ez'engalo oba ez'ebigere lumu ku lumu. Era baayiiwanga kamulali gwe atabuddwa mu mazzi mu maaso gaabwe ne mu nnyindo nga bwe babawunziise. Okuwunya kw'ennyama y'abantu mu kisenge mwe baabonyaabonyezanga abakulembeze bano kwayitirira obubi kubanga abo abaabonyaabonyanga aba Japan ng'abookya ebitundu byabwe eby'enjawulo n'ebyuma ebibengeya. Ng'ebitundu byabwe eby'omunda bifubutukayo mu lubuto olw'okukubibwa.

Ye ate abantu baabonyabonyaanga batya abazzi b'emisango mu byafaayo bya Korea? Nga bakyusa omugulu gw'oyo akwatiddwa ng'ekibonerezo. Akwatiddwa ng'agatibwa obukongovule ku maviivi emiggo ebiri n'egimuteekebwa wakati awasigadde ebbanga. Amagumba g'ebigere by'omukwate ng'agamenyebwa ng'amubonyaabonya agazeeko okugyamu emiggo gye yataddemu. Ndowooza otegeera obulumi obuyinza

Entaana eya Wansi N'enfaanana y'ababaka b'omu Ggeyeena

okuba awo? Okubonyaabonyezebwa okwo kwakolebwanga abasajja ab'ettima nga gye tukoma okulowooza. Naye olwo, ettima emyoyo emibi egirina amaanyi n'amagezi agasingawo lye ginaakozesa okubonyaabonya emyoyo egitalokoleddwa lineenkana wa obungi? Liba ssanyu lya ggyo okugunjaayo engeri endala ez'okubonyaabonyaamu emyoyo egitaalokolebwa nga bagiteeka wansi waabwe.

Eno ye nsonga lwaki olina okumanya ensi ey'emyoyo emibi. Olwo osobole okugifuga, n'okugiwangula. Osobola okugiwangula mu bwangu ddala bwe weekuuma ng'oli mutukuvu ng'era oli muyonjo nga teweeteeka ku misono n'emirembe gy'ensi eno.

5. Enfaana y'Ababaka B'omu Ggeyeena

Ababaka ba Ggeyeena bano ababonyaabonya abantu ab'omu Nataana eya Wansi beebali wa? Be ba malayika aba wansi abaagoberera Lusifa mu kwekalakaasa kwe yalimu ng'ensi tennabaawo.

Ne bamalayika abataakuuma bukulu bwa bwe bo, naye ne baleka ekifo kyabwe bo bennyini, abakuumira mu njegere ez'ennaku zonna wansi w'ekizikiza olw'omusango ogw'oku lunaku (Jude 1:6).

Ba malayika abaagwa tebasobola kujja mu nsi nga bwe

79

Ggeyeena

baagala kubanga Katonda yabasibira mu kizikiza okutuusa ku lunaku olw'omusango gw'oku Namulondo Ennene Enjeru. Abantu abamu bagamba nti emizimu n'agyo ziba malayika ez'agwa naye ekyo si kituufu. Emizimu giba emyoyo egitaalokolebwa egiteereddwa okuva mu Ntaana eya Wansi okubaako emirimu gye gikola egigiweereddwa mu ngeri ey'enjawulo. Njakunyonyola kino mu bujjuvu mu ssuula 8.

Bamalayika abaagwa ne Lusifa

Katonda yasiba bamalayika abaagwa n'enjegere mu kizikiza – Ggeyeena – okutuuka ku lunaku olw'omusango. N'olwekyo, bamalayika abaagwa tebasobola kuvaayo ne bajja mu nsi okujjako mu mbeera ezimu.

Baali balungi nnyo okutuuka lwe baawakanya Katonda. Wabula, ababaka ba ggeyeena bo tebaali balungi wadde okuba abagezi okuva lwe baagwa era ne bakolimirwa.

Batiisa nnyo nti obeera toyagala na kubatunulako. Ekifaananyi kyabwe kifaanana nga mu maaso g'abantu, oba batunula ng'ebisolo eby'enjawulo ebirabika obubi.

Endabika yaabwe efaanana ng'ebisolo eby'agaanibwa ng'embizzi eby'awandiikibwa mu Baibuli (Eby'abaleevi 11). Naya balina enkula ezakolimirwa, ezifaanana obubi ennyo. Era baba ne langi ezitankuula emmeeme.

Bambala eby'okulwanisa eby'ebyuma n'engato z'amaggye. Ebyuma ebisongovu eby'okubonyaabonyesa abantu ebinywezeddwa ku mibiri gyabwe. Babeera n'akambe, oba emboko mu mikono gyabwe.

Babeera n'endowooza nti beebatwala ekifo kino era osobola okuwulira amaanyi gaabwe bwe baba nga batambulatambula kubanga baba bakozesa amaanyi g'ekizikiza agabaweebwa n'obuyinza. Abantu batya nnyo emizimu. naye, ababaka ba ggeyeena batiisa nnyo okusinga emizimu.

Ababaka ba ggeyeena babonyaabonya emyoyo

Omulimu gw'ababaka ba ggeyeena gwe guliwa ddala? Omulimu gwabwe omukulu gwa ku bonyaabonya emyoyo egitaalokolebwa nga bwe bafuga ne ggeyeena.

Ebibonyoobonyo ebisingirayo ddala bikolebwa ababaka ba ggeyeena era nga bino biterekebwa abo abalina ebibonerezo eby'amaanyi mu Ntaana eya Wansi. Eky'okulabirako, omubaka wa ggeyeena alina enkula – y'embizi efaanana obubi ennyo abeera asalaasala emyoyo emibiri gy'emyoyo oba abafuuwaamu omukka n'abazimbya nga bw'olaba baluuni n'amala n'abaabya oba n'abakuba kibooko.

Okwongereza kw'ekyo, babonyaabonya abantu n'enkola ez'enjawulo. N'abaana tebatalizibwa mu kubonyaabonyezebwa. Ekimenya emyoyo gyaffe kwe kuba nti ababaka ba ggeyeena bafumita oba okukuba abaana olw'okunyumirwa. N'olwekyo, olina okukola buli kisoboka okulaba nti wadde omwoyo ogumu tegugwa mu ggeyeena eyo erimu buli kya ttima, ennaku eya buli kika, era ekifo ekibi ennyo ekijjudde obulumi – obutakoma n'okubonaabona.

Nnali ku mugo gw'entaana oluvanyuma lw'okuba nti omubiri gwange gwali gukooye nnyo olw'okugukozesa ennyo mu 1992.

Ggeyeena

Mu kiseera ekyo, Katonda yandaga ba memba be kanisa yange bangi nga bagoberera enkola z'ensi. Nnali njagala nnyo okuba ne Mukama okutuusa lwe nalaba embeera eno. Era nali si kyayagala kuba na Mukama kubanga n'amanya nti endiga zange nnyingi zaali zijja kugwa mu Ggeyeena.

N'olwekyo, Nnenkyusa endowooza yange n'ensaba Katonda anzizze engulu. Katonda n'ampa amaanyi mu mangu ddala era ekya nneewunyisa, n'asobola okusituka ku ndiri kwe nnali nneebasiddwa ne mba nga sirina wannuma wadde. Amaanyi ga Katonda ganzizza engulu. Olw'okuba mmanyi bulungi nnyo ate mmanyi bingi ebikwata ku ggeyeena, N'obwesigwa mbulira ebyama bya Ggeyeena Katonda by'ambikulidde mu ssuubi ery'okulokola waakiri omwoyo gumu.

Essuula 4

Ebibonerezo mu Ntaana eya Wansi ebiteekebwa ku Baana abataalokolebwa

1. Embuto ezitaazaalibwa n'abayonka
2. Abaavula
3. Abaana abakuze nga basobola okutambula obulungi n'okwogera
4. Abaana okuva ku Myaka Mukaaga okutuuka ku kkumi n'ebiri
5. Abavubuka Abaatyoboola Nnabbi Elisa

*"Okufa ku batuukeko nga tebalowooza,
bakke mu bunnya nga bakyali balamu,
Kubanga obubi buli mu nyumba yaabwe,
mu bo wakati."*
- Zabuli 55:15 -

*"Awo n'avaayo n'ayambuka n'agenda e Beseri;
awo ng'ali mu kkubo ng'ayambuka abaana abato ne baya
mu kibuga ne bamuduulira ne bagamba nti,
'Yambuka, ggwe ow'ekiwalaata.' Yambuka ggwe ow'ekiwalaata;
n'akebuka n'abalaba n'abakolimira mu linnya lya MUKAMA.
Eddubu bbiri enkazi ne ziva mu kibira
ne zitaagula abaana amakumi ana mu babiri kubo."*
- 2 Bassekabaka 2:23-24 -

Ebibonerezo mu Ntaana eya Wansi ebiteekebwa ku Baana abataalokolebwa

Mu ssuula ewedde, Nnyinyonyodde engeri eyali malayika omukulu Lusifa bw'afuga Ggeyeena nga ne bamalayika abalala abaagobebwa mu ggulu bwe bali wansi w'obukulembeze bwa Lusifa. Ababaka ba ggeyeena babonyaabonya emyoyo egitaalokolebwa okusinziira ku bibi byabwe. Okutwaliza awamu, ebibonerezo mu Ntaana eya Wansi bigabanyizibwaamu mu mitendera ena. Ekibonerezo ekisingayo obutono kiteekebwa ku bantu abaasuulibwa mu Ggeyeena nga basinzidde ku mutima gyabwe. Ekibonerezo ekisingayo obunene kiweebwa abantu abo emitima gyabwe egyasiriizibwa n'ekyuma ekyokya era nga bayimukira mu Katonda nga Yuda Isukalioti bwe yakola okutunda Yesu olw'okwagala okumwefuniramu ebibye.

Mu ssuula eziddako, Njakunyonyola mu bujjuvu ebika by'ebibonerezo ebiteekebwa ku myoyo egitaalokolebwa mu Ntaana eya Wansi eya Ggeyeena. Nga tetunaagenda nnyo mu bibonerezo ebiweebwa abantu abakulu, Njakunyonyola ebika by'ebibonerezo ebiteekebwa ku baana abato abataalokolebwa okusinziira ku myaka gyabwe.

1. Embuto ezitaazaalibwa n'abayonka

N'omwana atalina birowoozo asobola okugenda mu Ntaana eya Wansi bw'aba nga teyayise kusala omusango okusinziira ku mutima gw'omuntu olw'embala y'ekibi emulimu gye yajja ku bazadde be abatakkiriza. Omwana afuna ekibonerezo ekitali kibi nnyo kubanga ekibi kye kitono bw'okigeraageranya n'eky'omukulu naye era abonaabona olw'enjala n'obulumi obutagumiikirizika.

Ggeyeena

Abayonka bakaaba ne babonaabona olw'enjala

Abaana abagiddwa ku mabeere nga tebannatambula wadde okwogera bateekebwa mu kifo kimu ekinene era ne basibibwa omwo. Tebasobola kulowooza, kwekyusa wadde okutambula ku lwabwe kubanga abaana abatalokoleddwa basigala n'ebyo bye baalina n'emitima bye baalina mu kiseera kye baafiiramu.

Era, tebamanyi lwaki bali mu Ggeyeena kubanga tebalina magezi gonna gaali mu bwongo bwabwe. Babeerawo nga bakaaba olw'enjala nga tebamanyi maama waabwe wadde taata. Omubaka w'omu ggeyeena ayinza okufumita olubuto lw'omwana, omukono, okugulu, eriiso, olwaala lw'engalo, oba olwaala lw'ebigere n'ekyuma ekisongovu ekiringa ekikuba ebituli mu bisenge n'embaawo. Awo omwana n'akaaba nnyo, naye kino kisanyusa omubaka wa ggeyeena era abeera aseka ng'asanyuse. Wadde abaana bano bakaaba nga tebasirika, tewali n'omu afa ku baana bano. Okukaaba kwabwe kugenda mu maaso ne bwe bakoowa n'obulumi obw'amaanyi. Era, ababaka ba ggeyeena olumu bakung'aana, ne balondawo omwana omu, ne bamupikamu omukka nga baluuni. Ne batandika okumukasuka, okumusamba, n'okumwekuba nga bwe banyumirwa. Banange bali babonyaabonya n'obukambwe!

Abaana abataazaalibwa tebabugumizibwa wadde okufiibwako

Kiki ekituuka ku baana abafa nga tebannazaalibwa? Nga bwe n'annyonyodde edda, abasinga ku bo balokolebwa naye waliwo abatalokolebwa. Abaana bano abamu tebalokolebwa kubanga baba n'embala y'ekibi embi ennyo gye bagya ku bazadde baabwe abaali bavudde ku Katonda obubi ennyo era ne bakola ebibi ebiyiseewo. Emyoyo gy'abaana abafa nga tebannazaalibwa n'agyo gisibibwa mu kifo kimu nga egy'abo abaana abaali bayonka.

Tegibonyaabonyezebwa nnyo ng'abantu abakulu kubanga baali tebannatandika kutegeera era baali tebannakola kibi kyonna w'ebafiira. Ekibonerezo kyabwe kiba nti balekebwaawo nga tebabikiddwa nga tebalina bbugumu wadde okubudaabudibwa kwe baawuliranga nga bakyali mu lubuto.

Enkula y'omubiri mu Ntaana eya Wansi

Emyoyo egitaalokolebwa ginaaba gifaanana gitya mu Ntaana eya Wansi? Ku ludda olumu, omwana eyafa ng'akyayonka, ateekebwa mu kifo kimu mu nkula y'omwana ayayonka. Omwana bw'afiira mu lubuto lwa nnyina, asibibwa mu Ntaana eya Wansi ng'ali nga we yafiira mu lubuto lwa nnyina. Ku ludda olulala, emyoyo egy'alokolebwa mu ggulu gijja kuteekako omubiri omuppya ogw'okuzuukira mu kiseera ky'okudda kwa Yesu Kristo wadde bajja kuba n'enkula y'emu nga gye baalina ku nsi. Mu kiseera ekyo, buli muntu ajja kukyusibwa afuuke omuntu ow'emyaka 33 nga Mukama Yesu era bajja kuteekako omubiri ogw'omwoyo. Omuntu omumpi ajja kuba n'obuwanvu obumumala n'oyo eyali talina mugulu oba omukono ajja kuba n'omubiri ng'ebitundu byonna kwe biri.

Wabula, emyoyo egitaalokolebwa mu ggeyeena tegiteekako mibiri miggya, egy'okuzuukira oluvanyuma lw'okudda kwa

Ggeyeena

Mukama okw'omulundi ogw'okkubiri. Tegisobola kuzuukira kubanga tegirina bulamu obw'afunibwa okuva ku Yesu Kristo era n'olwekyo, babeera mu nkula y'emu nga mwe baafiira. Mu maaso gaabwe, n'emibiri gyabwe mu ddugavu era musiwuukirivu – ng'emirambo – n'enviiri zaabwe ntankuufu olw'entiisa ya Ggeyeena. Abamu baambala miziina, abalala n'engoye nga tezibuna mibiri gyabwe, abalala nga tebalina wadde ezibabikkako.

Mu ggulu, emyoyo egirokoleddwa gy'ambala ekanze ennungi ennyo enjeru n'engule ezimasamasa. Okwongereza kw'ekyo, okwakaayakana n'okuwundibwa kw'ekanzu kwawukana okkusiziira ku kitiibwa kya buli muntu ssekinnoomu n'empeera ez'amuweebwa. Ekitali ku Ggeyeena, yo endabika y'emyoyo egitaalokolebwa gy'awukana okusinziira ku bunene n'ekika ky'ebibi byabwe.

2. Abaavula

Abaana abaakazaalibwa bakula era ne bayiga okuyimirira, okutengerera, n'okubaako ebigambo bye boogera. Abaana bano abatannatambula bwe bafa, bibonerezo bya kika ki ebibaweebwa?

N'abatannatambula n'abo basibibwa mu kibinja mu kifo kimu. Babonaabona bye batategeera kubanga baali tebannalowooza bulungi oba okwesalirawo ku bintu mu kiseera ky'okufa kwabwe.

Ebibonerezo mu Ntaana eya Wansi ebiteekebwa ku Baana abataalokolebwa

Abatannatambula bulungi bakaabira bazadde baabwe mu ntiisa etagumiikirizika

Abaana abatannatambula bulungi babeera ba myaka ebiri oba esatu. N'olwekyo, tebategeera na kufa kwabwe era tebamanya lwaki bali mu Ggeyeena, naye babeera bakyajjukira maama ne Taata waabwe. Yensonga lwaki bakaaba nga tebasirika, "maama, oli wa? Taata oli wa? Njagala kuddayo waka! Lwaki ndi wano?" Bwe baali nga bakyali ku nsi kuno, ba maama baabwe bajjanga mangu ne babawambaatira, katugambe, bagudde eviivi lyabwe n'erinuubuka. Wabula kati, ba maama baabwe tebajja ku babudaabuda ne bwe bakaaba nga baleekana ng'emibiri gyabwe giri mu musaayi. Omwana takaaba nga anaakutukamu ng'atidde singa omuzadde we amubulako nga bagenze kudduuka?

Tebasola kulaba ku bazadde baabwe abandibaggye mu Ggeyeena ey'obulumi. Kino kyokka kibamala okubeera mu kutya ne nnaku. Era, Amaloboozi agatiisa n'enseko ez'ekirogo ez'ababaka ba ggeyeena zireetera abaana okukaaba nga batidde nga bwe baleekana wadde nga byonna tebibayamba.

Okuyisa obudde, ababaka ba ggeyeena bakuba ku migongo gy'abaana bano, ne babalinyako oba okubakuba. Olw'o abaana abali mu bulumi n'okutya, bagezaako okwesika n'okudduka. Naye engeri gye bali mu kifo ekimu abaana bangi, tebalina we baddukira. Era, mu kavuvung'ano ako beekoona n'ebeerinnya era ne bafuna obuvune era omusaayi guba gujjudde buli wamu. Mu mbeera eno ey'ennaku bw'eti, abaana bakaabira ba maama baabwe buli ssaawa, era babeera enjala ebaluma era nga battidde. Embeera ezo zokka ebeera "ggeyeena" eri abaana abo.

Ggeyeena

Kiba kizibu abaana ab'emyaka ebiri oba essatu okuba ng'abaakola ebibi eby'amaanyi n'emisango. Wadde guli gutyo, babonyaabonyezebwa mu ngeri eno olw'ekibi ekisikire, n'ebyabwe bye-beekoledde. Olwo ate obuyinike obunaaba kubakulu bwo bunaakoma wa, abo abakola ebibi eby'amaanyi okusinga ku by'abaana, bwe banaabonyaabonyezebwa mu Ggeyeena?

Wabula, omuntu yenna asobola okuwona obuyinike bw'ebibonerezo bya Ggeyeena singa akkiriza Yesu Kristo oyo eyafa ku musalaba n'atununula, era abeera mu kitangaala. Asobola okukulemberwa eri eggulu okuva lw'ekiri nti asonyiyibwa ebibi bye eby'edda, ebya kaakati, n'ebyo ebirijja.

3. Abaana abakuze nga basobola okutambula obulungi n'okwogera

Abaana abatannatambula bulungi, abaakatandika okutambula n'okwogerayo ekigambo kimu bibiri, batandika okudduka n'okwogera obulungi bwe batuuka ku myaka essatu. Bibonerezo bya kika ki abaana ab'ekika kino, okuva ku myaka essatu okutuuka kw'etaano, bye banaafuna mu Ntaana eya Wansi?

Ababaka ba ggeyeena babagoba n'amafumu

Abaana okuva ku myaka essatu okutuuka kw'etaano bawulwaamu mu nzikiza mu kifo ekigazi era ne balekebwaayo okubonerezebwaayo. Badduka n'amaanyi gaabwe gonna buli webasanga okwewala ababaka ba ggeyeena ababagoba n'effumu eririko emimwa-esatu mu mikono gyabwe.

Effumu ery'emitwe-essatu liba effumu ng'eno gye lisembera lwawuddwamu ebitundu bisatu. Ababaka ba Ggeyeena bagoba emyoyo gy'abaana bano, nga baagala okubafumita amafumu gano nga omuyizzi bw'afiira ku nsolo. Era kunkomerero, abaana bano batuuka ku kasozi akagulumivu ennyo, era bwe balengera wansi w'akasozi kano, balaba amazzi ag'esera okuva ku kasozi waggulu. Okusooka, abaana bano basooka ne batya okubuuka okuva ku kasozi naye bawalirizibwa okubuuka ne bagwa mu mazzi agesera okwewala ababaka ba ggeyeena okubagoba. Tebaba na kirala kya kukola okujjako ekyo.

Okulwana okuva mu mazzi ag'esera

Abaana bayinza okuwona ababaka ba Ggeyeena okubafumita amafumu, naye kati ate bagudde mu mazzi ag'esera. Olowooza abaana bano babeera mu bulumi bwenkana butya! Abaana balwana n'okufulumyaawo waakiri omutwe mu mazzi agesera, anti g'aba gayingira mu nnyindo zaabwe ne mu kamwa. Ababaka ba ggeyeena bwe balaba kino, badduulira abaana bano, nga bwe bagamba, "Wamma tonyumiddwa? nga binyuma!" oba "Ooo, bino nga binyuma bisanyusa" Awo ababaka ne baleekaana, "Ani yaleka abaana bano okugwa mu ggeyeena? Katutwale bazadde baabwe eri ekkubo ly'okufa, baleetebwe wano n'abo bwe banaafa, basobole okulaba abaana baabwe engeri gye babonaabona n'okubonyaabonyezebwa!"

Ggeyeena

Abaana bwe baba bakyagezaako okulwanagana n'okuva mu mazzi bakwatibwa mu kitimba ekinene ng'ebyenyanja nga eby'enyanja era ne basuulibwa mu kifo gye baatandikidde okudduka. Bwe batyo ne baddamu buto, engeri eno ey'obulumi egenda edding'ana, abaana okudduka ku babaka ba ggeyeena ababagoba ne ffumu ery'emitwe esssatu n'okugwa mu mazzi ag'esera era tekoma.

Abaana bano ba myaka essatu n'okutuuka ku etaano gyokka; tebasobola kudduka bulungi nnyo. Kyokka, bagezaako okudduka nga bwe basobola okwewala okukwatibwa ababaka ba ggeyeena ababa babagoba n'amafumu nga bwe bambuka akasozi okutuuka gye kakoma. Awo ne babuuka okugwa mu mazzi ag'esera kyokka ate bwe bagezaako okulwana na okugavaamu. Olwo ate ne bakwatibwa ekitimba ekinene ekibasuula eri ekifo gye baasookedde. Engeri eno tekoma. Kino nga kyannaku ate kya ntiisa!

Engalo yeekonye ku kyuma eky'okya oba okukwata ku sepiki ey'okya? Awo obeera osobola okutegeera okubabirira n'obulumi bw'obaako. Kati, kubisaamu ng'omubiri gwo gwonna gugudde mu mazzi ag'esera, oba ng'onnyikiddwa mu mazzi ag'esera mu nsuwa ennene. Buba bulumi bw'amaanyi n'okubulowoozaako obulowooza.

Bw'oba wali oyiddeko omuliro ogw'amaanyi, osobola okujjukira obulumi obw'amaanyi bwe walimu. Oyinza okujjukira ennyama ey'esikanga, n'ekivundu eky'avanga mu nnyamba eyali evunda ey'obutafaali obufu obwayidde obuba buyidde.

Awaggya ne bwe w'awona, enkovu embi ennyo esigalawo. Era abantu abasinga baba n'obuzibu okuba n'okussa ekimu n'abantu abalina enkovu ezo. Era olumu, n'abantu b'omu maka g'omuntu afunye ekizibu ekyo babeera n'obuzibu okutuula naye. Bw'abeera akyajanjabibwa, omulwadde ayinza obutagumira kwoza n'okulongoosa ekiwundu, era bwe bigenda obubi, omulwadde ayinza n'okugwa eddalu oba n'ey'etta olw'obulumi ne nnaku ebeera mu kujanjabibwa. Omwana bw'aggya, n'omuzadde we naye aba awulira obulumi obwo.

Kyokka, okuggya kw'oku nsi kuno tekuyinza kugeraageranyizibwa ku bibonerezo emyoyo gy'abaana abali wakati w'emyaka essatu, n'ettaano bye bajja okufuna nga tebikoma. Obulumi n'ettima ebibonerezo ebiteekebwa ku baana bano tebiyinza kukkirizika.

Tewali wa kuddukira wadde okwekweka ku bizibu bino ebitakoma

Abaana badduka ne badduka okwewala ababaka ba ggeyeena ababeera babagoba n'amafumu ag'emitwe essatu ge baba bakutte mu mikono gyabwe, era ne bagwa mu mazzi ag'esera okuva ku kasozi-waggulu. Bagwa mu mazzi ago ag'esera ne babuliramu. Amazzi ago agesera gakwatira ku mibiri gyabwe era nga gawunya bubi. Era, amazzi agesera ate nga gakwatira gayingira ennyindo zaabwe ne mu kamwa bwe baba bagezaako okuva mu kidiba ky'amazzi agesera. Kino oyinza kukigeraageranya otya n'okuggya kw'omu nsi muno, ne bwe kuba kwenkana kutya?

Abaana bano tebasobola kutuuka ne baba nga bagumidde

Ggeyeena

obulumi buno wadde nga babonyaabonyezebwa awatali kusirikirizaamu. Tebasobola kugwa ddalu, kuzirika babeere nga beerabidde oba okumanyiira obulumi wadde akatono bwe kati, oba okwetta okusobola okwewala obulumi. Kino nga kyannaku mazima ddala!

Eno ye ngeri abaana abali wakati w'emyaka essatu, ena, n'ettaano bwe bajja okubonaabona n'obulumi buno obutagambika mu Ntaana eya Wansi ng'ekibonerezo ky'ebibi byabwe. Kati awo, lowoozaamu ebika n'obunene bw'ebibonerezo ebiterekeddwa abantu abakulu mu bitundu ebirala ebya ggeyeena?

4. Abaana okuva ku Myaka Mukaaga okutuuka ku kkumi n'ebiri

Bibonerezo bya kika ki ebijja okuteekebwa ku baana abataalokolebwa okuva ku myaka mukaaga okutuuka ku kkumi n'ebiri mu Ntaana eya Wansi?

Babulira mu mugga ogw'omugga gw'omusaayi

Okuva ensi lwe yatondebwa, emyoyo egitabalika egitaalokolebwa gibadde gijja giyiwa omusaayi gw'agyo oguva mu kubonyaabonyezebwa okw'amaanyi kwegiteekebwaako mu Ntaana eya Wansi. Olowooza omusaayi gwagyo ogw'akayiika gwenkana ki kubanga emikono gyabwe n'amagulu bwe bitemwako giddawo amangu ddala nga gyakatekmwako?

Ebibonerezo mu Ntaana eya Wansi ebiteekebwa ku Baana abataalokolebwa

Obungi bw'omusaayi gwagyo bumala okukola omugga kubanga ebibonerezo byabwe bidding'ana era tebikoma nga si nsonga bungi ki obw'omusaayi ogw'akayiika. Ne mu nsi eno, olutalo oba ekitta abantu eky'amaanyi bwe kiba kya kamala okubaawo, omusaayi gw'abantu gukola ekidiba oba akagga akatonotono. Mu ngeri eno, ekitundu kyonna kiba kiwunya bubi nga kiva mu musaayi oguvunda. Mu kiseera ky'omusana omungi, ekivundu kyeyongera, n'ebika by'obuwuka obw'obutwa byekung'aanya era endwadde n'ezibalukawo.

Mu ntaana eya Wansi eya ggeyeena, akagga si katono. Wabula omugga munene ddala ogw'omusaayi. Abaana abali wakati w'emyaka mukaaga n'ekkumi n'ebiri babonerezebwa emabbali g'ennyanja era ne baziikibwa awo. Ekibi kyabwe gye kikoma obunene, gye bakoma n'okuzikibwa okumpi n'omugga gye bakoma n'okuziikibwa wansi mu mugga.

Okulima Ettaka erikaluba

Abaana abali ewala ku mugga gw'omusaayi tebaziikibwa mu ttaka. wabula, n'abo enjala eba ebatta nti babeera mu kulima ettaka erikaluba n'engalo zaabwe okulaba oba bayinza okugwa ku k'okulya. Bagezaako okulima naye tebalina kye bafuna okutuuka enjala zaabwe bwe ziggwerera zonna, n'ebitundu ku ngalo zaabwe n'ebifuuka bya bikuggu. Engalo zaabwe zifuuka za bikuggu nga zonna zijjudde omusaayi. N'amagumba mu ngalo zaabwe g'aba galabika. Era ekivaamu, ebibatu byabwe n'abyo biggwerera. kyokka, wadde bali mu bulumi bwe buti, abaana bano bawalirizibwa okulima n'essuubi etontotono ery'okugwa ku

Ggeyeena ky'okulya.

Bw'ogenda osemberera omugga, osobola okukirabirawonti abaana abo basingako ku bali obubi. Abaana gye bakoma okuba ababi, gye bakoma okusemberera omugga. Bamanyi n'okulwanagana okulumakobanaabwe ekifi olw'enjala eyitiridde kyokka nga bwe baziikiddwa mu ttaka okuva mu kiwato kyabwe.

Abaana abasinga obubi babonerezebwa kumpi ddala n'olubalama lw'omugga era omubiri gwabwe guziikibwa newalekebwaayo mutwe gwokka, olw'okuba omusaayi teguyinza kwetoloola mu mubiri gwonna. Olw'okuba teri kufa kino kitegeeza nti ennaku ey'emyoyo egitaalokolebwa egibonyaabonyezebwa mu Ggeyeena terikoma.

Babonaabona olw'ekivundu ekiva mu mugga. Ebika by'ebiwuka eby'obulabe byonna nga ensiri oba ensowera eziva mu mugga bibaluma mu maaso naye tebasobola kukuba biwuka bino kubanga baziikiddwa mu ttaka. Era ekivaamu mu maaso gaabwe muzimba okutuuka ku ssa nti tebakyasobola kutegerekeka.

Abaana abali mu nnaku: by'eby'okuzanyisa by'ababaka ba ggeyeena

Eno si ye nkomerero y'okubonaabona kw'abaana. Amatu gaabwe gayinza n'okwabika ng'ababaka ba ggeyeena basekera waggulu bwe baba bawumulidde ku mabbali g'omugga, bamanyi n'okutuula oba okulinnya ku mitwe gy'abaana bano abaziikiddwa mu ttaka nga bwe banyumya.

Engoye n'engato z'ababaka ba ggeyeena zibaako eby'uma

ebisongovu. N'olwekyo, emitwe gy'abaana ginyigibwa, ne mu maaso gaabwe mufumitibwa, oba enviiri zaabwe zigendera mu byuma by'ababaka ba ggeyeena bwe baba batudde oba okulinnya ku mitwe gyabwe. Era, ababaka banyigiriza mu maaso g'abaana bwe baba balinnye ku mitwe gy'abaana bano. Kino nga kibonerezo ky'amaanyi?

Oyinza okwewuunya nti, "Ddala kisoboka omwana wa pulayimale okuba nga yakola ebibi ebimufunisa ebibonerezo eby'ekika ekyo?" Wabula wadde abaana bano bato, balina ekibi ekisikire n'ebibi ebyabwe bye baakola ku lwabwe. Amateeka ag'omwoyo, gagamba nti "empeera y'ekibi kufa," era etteeka lino lituukira ku buli muntu ne bw'aba wa myaka emeka.

5. Abavubuka Abaatyoboola Nnabbi Elisa

2 Bassekabaka 2:23-24 watulaga embeera Nnabbi Erisa eyali ava e Yeriko bwe yayambuka e Beseri. Awo ng'ali mu kkubo ayambuka abaana abato ne bava mu kibuga ne bamuduulira, ne bamugamba nti "Yambuka, ggwe ow'ekiwalaata!" Bwe kyamuyitirirako, Erisa n'abakolimira. Eddubu bbiri enkazi ne ziva mu kibira ne zitaagula abaana amakumi ana mu babiri ku bo. Olowooza kiki eky'atuuka ku baana ana mu babiri mu Ntaana eya Wansi?

Baazikibwa okutuuka ku nsingo

Eddubu bbiri enkazi zaataagula abaana ana-mu-babiri.

Ggeyeena

Ndowooza oyinza okulaba nti abaana baali bangi abaali bagoberera n'okuduulira nnabbi. Erisa yali nnabbi eyakolanga eby'amagero bya Katonda bingi. Kwe kugamba, Erisa teyandibakolimidde singa tebaamuwerekereza bigambo bingi.

Baali bamugoberera nga bwe bamuduulira, nga bagamba, "Yambuka, ggwe ow'ekiwalaata!" Ate ekirala, bamukasukira amayinja ne bamusindiikiriza n'omuggo. Nnabbi Erisa alabika yasooka n'abawabula era n'abanenya, naye alabika yabakolimira kubanga baali babi nnyo okusonyiyibwa.

Kino kyaliiwo enkumi n'enkumi z'emyaka emabega abantu bwe baali bakyalina ku mitima emirungi era obubi te bwalinga bungi nga bwe kiri olw'aleero. Abaana abo bateekwa okuba baali babi ddala okuduulira n'okujerega nnabbi nga Erisa, oyo eyakolanga eby'amagero bya Katonda ey'amaanyi.

Mu Ntaana eya Wansi, abaana bano babonerezebwa okumpi n'omugga ogw'omusaayi nga emibiri gyabwe giziikidda okutuuka ku nsingo. Ekivundu ekiva mu mugga tekibaganya kussa bulungi, era balumbibwa buli kika kya kiwuka eky'obulabe. Era, babonyaabonyezebwa bubi nnyo ababaka ba ggeyeena.

Abazadde balina okulung'amya abaana baabwe

Abaana b'ennaku zino beeyisa batya? Abamu baleka banaabwe ebweru empewo ne bakommonterayo, abamu ne batwala sente z'abalala ng'ezemmere, abalala ne babakuba, oba n'okubookya omunwe gwa sigala – ebyo byonna babikola lwa kuba waliwo munaabwe gwe batayagala. Abaana abamu b'etta n'okwetta kubanga tebakyasobola kugumira kubonyaabonyezebwa kutyo.

Ebibonerezo mu Ntaana eya Wansi ebiteekebwa ku Baana abataalokolebwa

Abaana abamu okuva mu bibinja eby'etegese nga bakyali mu masomero aga wansi, batta n'okutta abantu nga bwe balaba abatemu abamanya bwe bakola.

N'olwekyo, abazadde balina okukuza abaana baabwe mu ngeri etabasobozesa kutwalibwa nsi wabula babalung'amye eri ekkubo ery'okukulaakulana n'okutambulira mu bulamu obw'esigwa, obutya Katonda. Nga ojja kwejjusa nnyo, bw'onooyingira eggulu n'olaba abaana bo nga babonyaabonyezebwa mu ggeyeena? Kitiisa n'okulowoozaako.

N'olwekyo, olina okukuza abaana abalungi nga batambulira mu mazima. Eky'okulabirako, olina okuyigiriza abaana bo obutayogerera oba okuddukadduka ng'okusaba kugenda mu maaso, wabula basabe era batendereze n'omutima gwabwe gwonna, n'ebirowoozo byabwe byonna, wamu ne mmeeme. N'abaana, abatasobola kutegeera maama we kya mugamba, yeebaka bulungi nga takaaba mu kusaba maama we bw'amusabira era n'awanika okukkiriza kwe ku lulwe. Abaana bano, n'abo bajja kuba n'empeera olw'okweyisa obulungi, mu ggulu.

Abaana ab'emyaka essatu oba ena basobola okusinza Katonda era nkubiriza abazadde bakibagambe okukifuula etteeka. Okusinziira ku myaka, n'obuwanvu bwe ssaala bwawukana. Abazadde basobola okusomesa abaana baabwe okwongeza ku budde bwabwe obw'okusaba mpolampola, kwe kugamba. Okuva ku ddakiika ttaano okutuuka ku ddakiika kkumi, oba asatu, n'okutuuka ku ssaawa ennamba.

Wadde bato ddala, abazadde bwe babasomesa ekigambo okusinziira ku myaka gyabwe n'okutegeera kwabwe, era ne

Ggeyeena

bababuulirako ne ku ngeri y'okukitambuliramu, Abaana bajja kugezaako okugondera ekigambo kya Katonda era batambulire mu mbeera esanyusa Katonda. Bajja na kwenenya ebibi byabwe mu maziga Omwoyo Omutukuvu bwanaakola mu bo. Nkukubiriza okubasomesa ku Yesu Kristo yani era obakulembere eri okukula mu mwoyo.

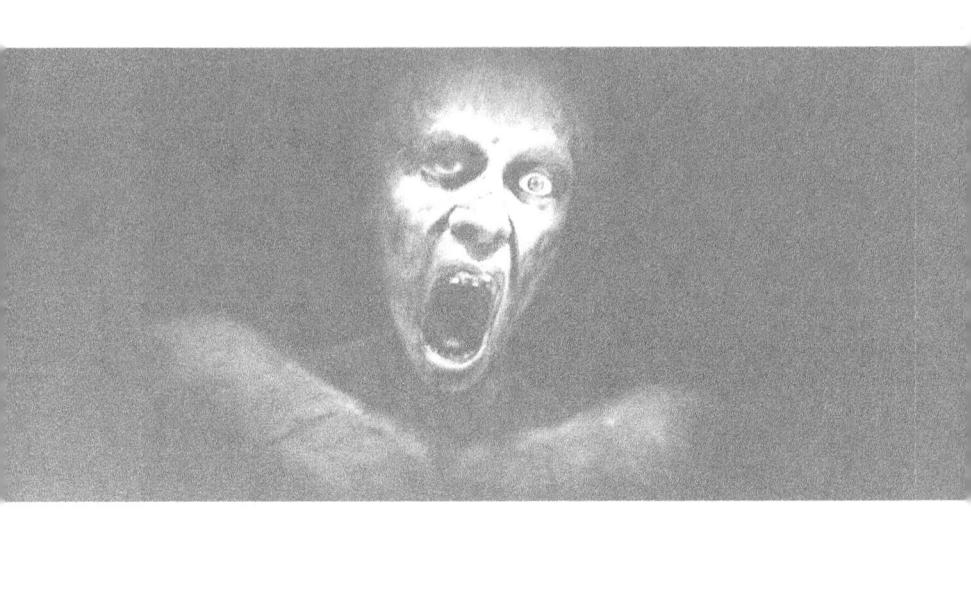

Essuula 5

Ebibonerezo by'Abantu abafa nga basusse Emyaka egy'ekivubuka

1. Omutendera ogusooka ogw'ekibonerezo
2. Omutendera ogw'okubiri ogw'ekibonerezo
3. Ekibonerezo ku Falaawo
4. Omutendera ogw'okusatu ogw'ekibonerezo
5. Ekibonerezo ku Pontiyaasi Piraato
6. Ekibonerezo ku Saulo Kabaka Ey'asooka owa Israeri
7. Ekibonerezo eky'okumutendera ogw'okuna ku Yuda Esukaliyooti

*"Ekitiibwa kyo kissibwa emagombe
n'eddoboozi ly'ennanga zo,
envunyu zaaliiriddwa wansi wo,
era envunyu zikubisseeko."*
- Isaaya 14:11 -

*"Ekire nga bwe kiggwaawo ne kibula,
Bw'atyo n'oyo akka mu magombe taalinnyenga kuvaayo."*
- Yobu 7:9 -

Ebibonerezo by'Abantu abafa nga basusse Emyaka egy'ekivubuka

Omuntu yenna ayingira eggulu afuna empeera ez'enjawulo n'ebitiibwa okusinziira ku bikolwa bye mu bulamu buno. Okwawukana kw'ekyo, ebibonerezo eby'enjawulo mu Ntaana ya Wansi biteekebwa ku muntu okusinziira ku bikolwa bye ebibi mu bulamu buno. Abantu mu ggeyeena babonaabona n'obulumi obutagambika obutaggwaayo, era obungi bw'obulumi ne nnaku byawukana okuva ku muntu okudda ku mulala okusinziira ku bikolwa bya buli muntu ssekinnoomu mu bulamu buno. Omuntu, oba aligenda mu ggulu oba mu ggeyeena ajja kukungulu nga bw'asiga.

Gy'okoma okukola ebibi ebingi, gy'ojja okukoma okugenda mu kitundu kya Ggeyeena ekisingako ewala, n'obunene bw'ebibi byo gye bukoma, N'obulumi bwo gye bujja okukoma mu ggeyeena. Kijja kusinziira ku muntu gyakomye okukontana n'omutima gwa Katonda – kwe kugamba, omuntu gyakoma okufaanana embala y'ekibi eya Lusifa – n'obunene bw'ebibonerezo byalina okufuna gye bunaakoma.

Abagalatiya 6:7-8 watugamba, *"temulimbibwanga; Katonda tasekererwa: kubanga omuntu kyonna ky'asiga era ky'alikungula. Kubanga asigira omubiri gwe ye, alikungula mu mubiri gwe ye, alikungula mu mubiri okuvunda; naye asigira Omwoyo, alikukungula mu Mwoyo obulamu obutaggwaawo."*
Mu ngeri eno, mazima ddala ojja kukungula nga bwe wasiga.

Bibonerezo bya kika ki abantu abafa oluvanyuma lw'emyaka egy'ekivubuka bye banaafuna mu Ntaana eya Wansi? Mu ssuula eno, Nja kunyonyola emitendera ena egy'ebibonerezo mu Ntaana eya Wansi ebiteekebwa ku myoyo okusinziira ku bikolwa byabwe mu bulamu buno. Kye nina okukutegeeza nti, sisobola kukulaga

Ggeyeena

bifaanananyi kubanga bwenaabyongerako, obuzito bw'okutya kwo bujja kukuyinga.

1. Omutendera ogusooka ogw'ekibonerezo

Emyoyo egimu giwalirizibwa okuyimirira ku musenyu ng'okwokya gwagwo kukubisaamu emirundi musanvu ku musenyu gw'okulubalama lw'ennyanja oba ogw'omu ddungu eby'oku nsi kuno. Tebasobola kuwona kubonaabona kubanga babeera nga ababuliddwa ekkubo wakati mu ddungu.

Wali otambuliddeko ku musenyu ogw'okya, mu bigere ebyereere, mu kiseera eky'omusana omungi? Tosobola n'akugumira bulumi ne bw'ogezaako okutambula ku lubalama lw'enyanja mu bigere eby'ereere ku lunaku olw'okya obulungi okumala eddakiika kkumi oba kkumi na ttaano. Omusenyu mu bitundu by'ensi ebirimu ebibira ebinene gwokya nnyo okusingako ogwa walala. Olina okukimanya nti omusenyu mu Ntaana eya Wansi gw'okya emirundi musanvu okusinga omusenyu ogw'oku nsi kuno.

Bwe nnali ng'enze okulamaga mu nsi entukuvu, mu kifo ky'okulinnya akagaali okututambuza, N'agezaako okuddukira ku luguudo olwakolebwa mu mayinja ga asphalt bwe twali tugenda eri ennyanja eyitibwa Dead Sea. Nnatandika okutemerera ne bannange abalala babiri bwe twali tugenze okulamaga. Okusooka, tewaaliwo bulumi bwonna naye nga ntuuka wakati, n'atandika okuwulira okubabirirwa wansi w'engato zange. Wadde twali twagala okuva mu kubonaabona kuno, waali tewali

Ebibonerezo by'Abantu abafa nga basusse Emyaka egy'ekivubuka

kifo wakuddukira; ku njuyi zombi ez'oluguudo waaliyo amayinja agalinga agasementi, nga nayo w'okya. Twamaliriza tuzze ku ludda luli olulala olw'oluguudo, nga eyo gye twasobola okufuna amazzi g'ekidiba omuwugirwa agaali ganyogoga mwetwannyika ebigera byaffe. Eky'omukisa, tewali ku ffena yali afunye buvune ku bigere bye. Okudduka kuno kwamala eddakiika nga kkumi zokka, era z'atumala okutuleetera obulumi obutagambika. Weewunye, kati, nti ojja kuwalirizibwa okuyimirira olubeerera ku musenyu ogw'okya emirundi musanvu okusinga omusenyu gwonna ogw'oku nsi kuno. Omusenyu ne bwe guba gw'okya kyenkana ki, mazima ddala tewali busobozi bwonna bwa kukendeeza oba okulekayo ekibonerezo. kyokka, nga kino kye kibonerezo ekisingayo obutono mu Ntaana eya Wansi.

Waliwo omwoyo omulala ogubonyaabonyezebwa mu ngeri endala. Guwalirizibwa okugalamira ku jjinja eddene, eribengeya, era ne gufuna ekibonerezo ky'okukalirirwa okutakoma. Endabika eno eba ng'enyama eri mukukalirirwa. Era awo wennyini, ejjinja eddala n'aryo nga lyokya nnyo lituuzibwa ku mubiri gwagwo, nga linyigiriza buli kimu kwe litudde. Kubisaamu akafaananyi k'olugoye lw'oli mu kugolola: emmeeza kw'ogololera lye jjinja olugoye – nga gw'emwoyo oguli mu kuweebwa ekibonerezo – kwe guteekeddwa, ate ppaasi ly'ejjinja ery'okubiri erigolola n'okuggya olufunyiro lwonna mu lugoye.

Ebbugumu eriva mu mayinja kye kimu ku kibonerezo; ebitundu by'omubiri okunyigirizibwa kirala. Amagulu n'emikono okumenyebwamenyebwa olw'obuzito obuli wakati w'amayinja. Amaanyi g'ejjinja lino gamala okumenyamenya embirizi zaagwo n'ebitundu by'omubiri eby'omunda. Obwongo bwe bwatika, amaaso gatundukayo era obwongo bwonna bumansuka ebweru.

Okubonaabona kw'omwoyo guno kunyonyolwa kutya? Wadde mwoyo ogutalina mubiri gwetulaba, gukyasobola okubonaabona n'okuwulira obulumi obutayogerekeka nga bwe yawuliranga mu bulamu bwe nsi. Gubeera mu bulumi obw'olubeerera. Wamu n'emiranga gy'emyoyo emirala egiri mu kubonyaabonyezebwa. Omwoyo guno oguli wakati w'amayinja abiri, mu kutya, gulaajana nga bwegukaaba, "Nyinza ntya okudduka mu kubonaabona kuno?"

2. Omutendera ogw'okubiri ogw'ebibonerezo

Okuyita mu lugero lw'omusajja omugagga ne Laazaalo mu Lukka 16:19-31, tusobola okutegeera obuyinike obuli mu Ntaana eya Wansi. Olw'amaanyi ag'Omwoyo Omutukuvu, Mpulidde okukungubaga kw'omusajja eyali abonyaabonyezebwa mu Ntaana eya Wansi. Ng'ampuliriza bye yali ayogera, Nsaba nti ojja kuzuukuka mu ttulo two otw'omwoyo.

Mpalulibwa wano ne wali
Naye tewali kkomo.
Nnziruka n'enziruka naye teri kkomo.
Tewali wenyinza kwekweka.
Olususu lwange luwaatiddwaako mu kifo kino,
Nzijjudde okuwunya okwabuli kika.
Ebiwuka gye byagala gye bitwala ennyama yange.

Ebibonerezo by'Abantu abafa nga basusse Emyaka egy'ekivubuka

Ng'ezaako okubiddukako
nkomawo mu kifo kye kimu.
Biba bikyaluma n'okulya omubiri gwange;
binuuna musaayi gwange.
Nkankana olw'okutya.
Ng'enda kukola ntya?

Nkwegayiridde, Nkusaba,
Abantu kabamanye kyendi mukuyitamu.
Babuulire ku ku bonaabona kwendimu
basobole obutasibira mu kifo kino.
Mazima ddala simanyi kyakukola.
Mu kutya okungi,
Nkola gwa kusinda kyokka.
Tekikyagasa okunoonya obuddukiro.
Bikwagula omugongo gwange.
Biri mu kulya mikono gyange.
Biri mu kuyuzaako lususu lwange.
Biri mu kulya nnyama yange.
Biri mu kunuuna musaayi gwange.
Bino nga biwedde,
Nkasukibwa mu nnyanja ey'omuliro.
Nkole ntya?
Nina kukola ki?

Wadde ssakkiririza mu Yesu ng'omulokozi wange,
Nnalowooza nti nali omusajja ow'omutima omulungi.
Okutuusa lwe nnasuulibwa mu Ntaana eya Wansi,

Ggeyeena

Nnali simanyi nti n'akola ebibi bingi nnyo!
Kati nky'enkola kyokka, Kwejjusa na kwejjusa
olw'ebintu bye n'akola.
Nkwegayiridde, olina okulaba
nti tewali muntu mulala anaabeera ng'anze.
Abantu bonna wano, bwe baali tebannafa,
Baalowoozanga nti bali mu bulamu bulungi.
Kyokka, kati bonna bali wano.
Bangi abaagambanga nti bakkiriza
Era ne balowooza nti baali balamu
Okusinziira ku kwagala kwa Katonda n'abo bali wano,
era babonyaabonyezebwa nnyo n'okusinga nze.

Singa mbadde nsobola okuzirika ne nneerabira okubonaabona
Ne bwe k'aba kaseera katono, naye sisobola.
Sisobola kuwummula ne bwenzibiriza amaaso gange.
Bwe nziggula amaas gange,
tewali kirabika wadde okukwatibwako.
Nga ng'ezaako okuddukawo wano ne wali,
Nkyali mu kifo kye kimu.
Nkole ntya?
Nina kukola ki?
Nkusaba, olina okulaba
nti tewajja kuba muntu mulala yenna
anaangoberera!

Omwoyo guno si gwa musajja mubi nnyo, bw'ogugeraageranya
n'emirala mingi mu Ntaana eya wansi. Ali mu kwegayirira Katonda

Ebibonerezo by'Abantu abafa nga basusse Emyaka egy'ekivubuka

Aganye abantu okumanya kyayitamu. Wadde ali mu bulumi obungi bwe buti, mwerariikirivu olw'emyoyo egijja okusibira awantu eyo. Nga omusajja omugagga bweyasaba baganda be balabulibwe n'abo "baleme okujja mu kifo kino ekirimu okulumwa," omwoyo guno n'agwo guli mu kwegayirira Katonda (Lukka 16).

Wabula, abo abagwa mu mutendera ogw'okusatu n'ogw'okuna ogw'ebibonerezo mu Ntaana eya Wansi tebalina wadde obulungi nga buno. Babeera, basoomooza Katonda n'okusalira abalala emisango.

3. Ekibonerezo ku Falaawo

Falaawo, kabaka wa Misiri ey'awakanya Musa, ali mu kufuna omutendera ogw'okubiri ogw'ebibonerezo, naye obunene bw'ekibonerezo kye buli ku nsalo n'omutendera ogw'okusatu ogw'ebibonerezo.

Falaawo yakola bubi bwa kika ki mu bulamu buno okuba ng'agwanira ekibonerezo ekyo? Lwaki yasindikibwa mu Ntaana eya Wansi?

Aba Isiraeri bwe baabonyaabonyezebwa ng'abaddu, Musa yayitibwa Katonda okuggya abantu Be mu Misiri abatwale mu Nsi Ensuubize Kanaani. Musa n'agenda eri Faraawo n'amugamba aleke aba Isiraeri b'ave mu Misiri. Wabula, olw'okuba yali ategeera omugaso gw'aba Isiraeri abaali bakola ng'abaddu mu Misiri, Falaawo n'abagaana okugenda.

Ggeyeena

Okuyita mu Musa, Katonda n'asindika ebibonoobono kkumi eri Falaawo, eggye lye, n'abantu be. Amazzi mu migga gya Misiri ne gafuuka omusaayi. ebikere, ensekere, n'ensowera n'ebibuna ensi ye. Era, Falaawo n'abantu be ebisolo byabwe ne bifa, ebizimba, omuzira, enzige, n'ekizikiza. Buli lwe waabanga ekibasindikiddwa, nga Falaawo asuubiza Musa nti ajja kuleka aba Isiraeri okugenda, obutaddamu kugwiira kirala. Naye, Falaawo teyatuukirizanga bweyamo bwe era n'agumya omutima gwe, buli Musa lwe yasabanga Katonda nga ebisindikiddwa bivaawo. Falaawo oluvanyuma n'akkiriza abaisiraeri okugenda, ng'abaana abalenzi ababereberye mu Misiri yonna bamaze kufa, okuva ku musika w'entebe okutuuka ku mulenzi omubereberye ow'omuddu, n'ennyana ezisooka n'azo z'afa.

Wabula, ekibonerezo kino ekisembayo bwe kyali kya kabaawo, Falaawo era n'akyusa endowooza ye. N'atandika okugoba abaIsiraeri, abaali bakung'anidde mu Nnyanja Emyufu. AbaIsiraeri baatya nnyo ne bakaabirira Katonda. Musa n'abakumaakuma n'agolola omukono gwe ku nnyanja Emyufu. Eky'amagero ne kibaawo. Ennyanja Emyufu yeeyawulamu emirundi ebiri olw'amaanyi ga Katonda. Aba Isiraeri ne basala Ennyanja Emyufu ku ttaka ekalu kyokka aba Misiri bwe batuuka mu Nnyanja. Musa n'addamu n'agolola omukono gwe ku Nnyanja nga bo bamaze okutuuka ku ludda luli olw'ennyanja, *"Amazzi ne gadda, ne gasaanikira amagaali, n'abeebagazi, era n'eggye lya Falaawo lyonna abaayingira mu nnyanja ennyuma waabwe, tewaasigala n'omu mu bo"* (Okuva 14:28).

Mu Baibuli, bakabaka bamawanga-abalungi bangi

bakkiririzanga mu Katonda n'okumusinza. Wabula, Falaawo yalina omutima omugumu, Wadde yali alabye amaanyi ga Katonda emirundi kkumi. Era eky'avaamu, Falaawo yafuna ebizibu eby'amaanyi bingi omuli n'okufiirwa omusika we, eggye lye okuttibwa, n'ensi ye okubeera mu buyinike obungi.

Ennaku zino, abantu bawulira ku Katonda Ayinza byonna era ne balaba n'amaanyi ge obuterevu okuva eri Ye. Wabula, ne bagumya emitima gyabwe nga Falaawo bwe yali. Tebakkiriza Yesu ng'omulokozi waabwe. Era, ne bagaana okwenennya ebibi byabwe. Kiki ekinaabatuukako bwe banaasigala nga batambula engeri gye batambulamu ennaku zino? Ekinaavamu, bajja kufuna omutendera gwe gumu ogw'ebibonerezo nga Falaawo mu Ntaana eya Wansi.

Kati Falaawo ali ku ki mu Ntaana eya Wansi?

Falaawo Asibiddwa mu mazzi g'obubi

Falaawo asibiddwa mu mazzi ag'obubi, agajjudde ekivundu. Omubiri gwe gusibiddwa mu kidiba, n'olwekyo aba tasobola kwekyusa. Tali yekka, waliwo emyoyo emirala mingi egisibiddwa mu ngeri y'emu bwe beenkanya ebibi.

Eky'okuba nti yali kabaka tekimuweesa mukisa kuyisibwa mu ngeri esingako obulungi mu Ntaana eya Wansi. wabula, olw'okuba nti yali mu kifo eky'amaanyi, nga yeemanyi, ng'awerezebwa buweerezebwa, era alina byonna mu bulamu, ababaka ba ggeyeena baduulira n'okuyigganya ennyo Falaawo okusinga ku balala.

Ekidiba tekijjuziddwa mazzi gakazambi gokka. Wali olabye

Ggeyeena

ku bidiba by'amazzi agatalina wegakulukutira nga gavunda oba ag'akazambi atatambula? Ye ate mu kifo awasimba emmeeri? Ebifo ng'ebyo biba bijjude goozirini yenna, ebisaaniiko, n'okuwunya. Kirabika ng'ekitasoboka ekintu ekirina obulamu kyonna okubeeramu. Bw'oba wakunnyikamu omukono gwo, obeera mwerariikirivu nti omukono gwo gujja kuvaamu n'obuwuka obwa buli kika.

Falaawo eno gye yeesanga nga gy'asibiddwa. Era, ekidiba kino kijjudde agawuka ag'enjawulo agatiisa. Gafaanana ng'ebyo ebirina ensonda nga ttaano naye go g'aba ganene.

Ebiwuka biruma mu bifo by'omubiri ebigonda

Ebiwuka bino bijja awali emyoyo egisibiddwa mu kidiba kino, ne bitandika okubojja mu bifo by'omubiri awagonda. Bitandikira ku maaso, nga biyita mu nkompe z'amaaso, ne biyingira mu bwongo, ne bitandika okusimoola obwongo bwe nnyini. Weewunye obulumi omwoyo ogwo gwe bubeeramu? Gamaliriza galidde buli kintu mu mubiri ekigonda okuva ku mutwe okutuuka ku kigere. Buno obulumi oyinza kubugeraageranya ku ki?

Kubisaamu obulumi bw'obeeramu ng'enfuufu ekuyingidde mu maaso! Olw'o obulumi bunaaba bwenkana ki singa ebiwuka bye biyingidde mu maaso go? Olowooza osobola okugumira obulumi obwo ebiwuka bino bwe bikusonjola wenna mu nda mu mubiri gwo?

Kati, watya ng'empiso esonsokeddwa wansi w'olwala lw'engalo zo oba n'efumita waggulu ku ngalo zo. Agawuka gano g'ongera okususaako olususu lw'okungulu, ne gatandika okukalakata ennyama okutuuka ng'amagumba galabika. Agawuka gano tegakoma ku ngalo zokka. G'ambuka ku mikono gyo n'ebibegabega ne gakka wansi mu kifuba, mu lubuto, amagulu, ne ku butuuliro. Omwoyo ogusibiddwa gugumira okubonyaabonyezebwa kuno n'obulumi obukugenderako.

Agawuka gadding'ana okulya ebitundu by'omubiri eby'omunda

Abakyala abasinga, bwe balaba agawuka ag'ensonda eziwerako bagatya, era tebagala wadde okugasemberera oba okugakwatako. Kati weewunye, emyoyo kye ginaabeerako agawuka agasinga ag'ensonda getumanyi obunene nga gali mu kufumita emyoyo egy'asingibwa emisango. Okusooka, agawuka gano gafumita emibiri gy'emyoyo okutuuka mu lubuto. Ekiddako, gatandika okulumako obufiififi okuva mu by'omunda omuli n'ebyenda. Agawuka gano olugira ne ganuunamu buli ttuzzi mu bwongo. Kyokka bino byonna nga bigenda mu maaso, emyoyo egyasingibwa emisango tegisobola kwerwanako, kwetoloolamu, wadde okudduka ku gawuka gano ag'obulabe.

Agawuka g'agenda mu maaso n'okusimoola emibiri gyabwe mpolampola, nga emyoyo bwe gitnuulira emibiri gyabwe nga giriibwa. Bwe tufuna okubonaabona kuno okumala eddakiika kkumi zokka, tugwa eddalu. Ogumu ku mwoyo ogwasingibwa omusango, oguli mu kifo eky'ennaku bwe kiti ye Falaawo, eyawakanya Katonda n'omuddu we Musa. Ayita mu bulumi buno nga ategeera bulungi, nga bwalaba n'okuwulira ebitundu by'omubiri gwe binyunyuntibwamu amazzi gonna

Ggeyeena

n'okukalakatibwa.

Ng'agawuka gamaze okusensera omubiri gw'omuntu gwonna, eyo y'eba enkomerero y'okubonyaabonyezebwa? Nedda. Tewayitawo kabanga kanene, ng'ebitundu byonna eby'aliriddwa n'okunyunyuntibwa biddawo bulungi nnyo, Era awo agawuka gadduka mangu ddala eri omwoyo ogwo, ne gaddamu buto ku okulya ebitundu by'omubiri eby'enjawulo. Teri kusirikirizaamu wadde obulumi okulekerawo. Obulumi tebukendeera wadde okubumanyiira – nti obeera awo nga wasanyalala – okubonyaabonyezebwa nga tokyakuwulira.

Eno y'engeri ensi ey'omwoyo gy'ekolamu. Mu ggulu, omwana wa Katonda bw'anoga ekibala okuva ku muti, ekibala ekyo kiddizibwaawo. Mu ngeri y'emu, mu Ntaana eya Wansi, wadde emirundi gyenkana wa oba agawuka gano ne bwe gaba galidde omubiri gwo emirundi mingi, buli kitundu kya mubiri kye galidde kiddizibwaawo amangu ddala nga kimaze okwonoonebwa.

Wadde omuntu abadde atambulira mu bulamu obw'amazima era ng'alina omutima omulungi

Mu bantu ab'amazima mulimu abo abatayagala kulondawo kukkiriza Yesu n'enjiri. Kungulu, babeera ng'abalungi era ab'amazima, naye si balungi era si b'amazima okusinziira ku mazima.

Abagalatiya 2:16 watujjukiza nti tulina okukimanya *"ng'omuntu taweebwa butuukirivu lwa bikolwa bya mateeka wabula olw'okukkiriza Yesu Kristo era naffe twakkiriza Kristo Yesu, tulyoke tuweebwe obutuukirivu olw'okukkiriza Kristo,*

Ebibonerezo by'Abantu abafa nga basusse Emyaka egy'ekivubuka

naye si lwa bikolwa bya mateeka; kubanga olw'ebikolwa eby'amateeka tewali alina omubiri aliweebwa obutuukirivu." Omuntu omutuukirivu y'oyo ayinza okulokolebwa olw'erinnya lya Yesu Kristo. Olwo lwokka, ebibi bye lwe biyinza okusonyiyibwa okuyita mu kukkiriza mu Yesu Kristo. Era, bw'akkiririza mu Yesu Kristo, aba ajja mu ngeri yonna okugondera ekigambo kya Katonda.

Wadde waliwo obukaka bungi nnyo obw'ebitonde ebyatondebwa Katonda mu kutonda ensi n'ebyewunyisa Bye n'amaanyi ebiragiddwa okuyita mu baddu Be, omuntu bw'aba aky'egaana Katonda Omuyinza wa Byonna, aba muntu mubi alina omutima omugumu.

Okusinziira ku ye, ayinza okuba ng'alaba atambulira mu bulamu obw'amazima. Wabula, bw'agenda mu maaso n'okwegaana Yesu okuba omulokozi we, talina walala wakugenda okujjako mu ggeyeena. Wabula, olw'okuba abantu ng'abo batambulidde mu bulamu obutali bubi nnyo era obulimu ku mazima okusinga ababi ddala abakoze ebibi nga bwe bagala nga bagoberera okuyaayaana kw'emibiri gyabwe ogijjudde ebibi, ajja kufuna omutendera ogusooka oba ogw'okubiri ogw'ebibonerezo mu Ntaana eya Wansi.

Mw'abo abafa nga tebafunye ku mukisa gwakwaniriza njiri, bwe batayita musango okusinziira ku mutima gwabwe, abasinga bafuna ebibonerezo eby'omutendera ogusooka oba egw'okubiri. Era, omwoyo ogufuna ekibonerezo eky'omutendera ogw'okusatu n'ogw'okuna mu Ntaana eya Wansi, osobola okulowooza, nti bateekwa okuba ng'ebikolwa byabwe byali bibi nnyo okusinga abantu abalala bangi.

119

4. Omutendera ogw'okusatu ogw'ebibonerezo

Omutendera ogw'okusatu n'ogw'okuna ogw'ebibonerezo gutegekebwa nga gy'abo bonna abakyukira Katonda, nga balina omutima gwabwe nga gw'ogeera bubi n'okuvvoola Omwoyo Omutuku, era ne guyingirira n'okulemesa okugaziya obwakabaka bwa Katonda. Era, n'omuntu ayita ekanisa za Katonda nti "zisomesa bya bulimba" nga tewali bukakau bumala bafuna ekibonerezo eky'okumutendera ogw'okusatu oba ogw'okuna.

Nga tetunaatandika kusoggola bibonerezo eby'okumutendera ogw'okusatu mu Ntaana eya Wansi, Katusooke twekenneenye ebika by'okubonyaabonya, omuntu by'atandiseewo.

Ebibonerezo eby'ettima ebigunjiddwaawo Abantu

Mu biseera nga eddembe ly'abantu kikyali kirooto nga teriringa bwe lissibwako ennyo essira olw'aleero, ebibonerezo eby'amaanyi, omuli ebika by'okubonyaabonya abantu eby'enjawulo n'enzita y'abantu ey'enjawulo, byagunjibwaawo era ne biteekebwanga mu nkola.

Okugeza, mu Bulaaya mu myaka – egya wakati, abakuumi mu makomera baatwalanga omusibe wansi mu kizimbe okusobola okumwogeza. Mu kkubo, omusibe yalabanga omusaayi ogw'agendanga gukulukuta ku ttaka ate mu kisenge mwatwaliddwa nga mulimu buli kika kya kyuma ekikozesebwa okubonyaabonya abantu. Ng'awulira amaloboozi agaleekana ennyo nga gawulikika mu kizimbe kyonna, nga bino byonna bimuyitirako. Emu ku ngeri ey'okubonyaabonya etera okukolebwa kwe kuyingiza engalo z'omusibe (oba omuntu omulala yenna anaatera okubonyaabonyezebwa) n'obugere bw'ebigere mu buuma obutono. Obuuma obwo ne bufunzibwa okutuuka nga bwe bunyigiriza engalo n'obugere obubuyingiziddwamu. Awo, engalo ze oba obugere bigibwaamu lumu ku lumu nga akuuma bwe kongera okufunzibwa mpolampola.

Omusibe ekyo bwe kitamwogeza, nga awanikibwa mu bbanga ng'emikono gye giddiziddwa emabega n'omubiri gwe nga guweteddwaweteddwa. Mu bulumi buno, nga bongerako obulumi obulala, nga asitulibwa n'akubibwa wansi ku misinde gyanjawulo. Bwe kiba ekibi ennyo, ekyuma ekizitowa kisibibwa ku bukongovule bw'omusibe nga bwakyalengejja. Obuzito bw'ekyuma buba bumala okwawula enyama n'amagumba mu mubiri gwe. Era omusibe bwatayogera, engeri endala embi ennyo era zireeta ezireeta obulumi obubalagala n'ezimuteekebwaako.

Omusibe nga ayinza okutuzibwa mu ntebe mwe babonyaabonyeza abantu. We batuula, newebeesigama, awateekebwa amagulu nga wonna waliwo ebyuma ebisongovu. Bwalaba ku byuma bino ebitiisa, omusibe agezaako okudduka, naye abakuumi b'ekkomera abamusinga obunene n'amaanyi bamukomyaawo ku ntebe. Amangu ago, omusibe awulira ng'ebyuma ebifumita omubiri gwe.

Embonyaabonya endala yalinga yakuwanika omusibe oba asuubirizibwa okuzza omusango nga yeewunzise. Oluvannyuma lw'essaawa, puleesa ye ebeera etabuddwa, emisuwa mu bwongo

Ggeyeena

gy'abika, era omusaayi guyitira mu nnyindo, amaaso n'amatu. Yabeeranga takyalaba, tawunyiriza wadde okuwulira.

Olumu, omuliro gwakozesebwanga okukkirizisa omusibe. Ng'abakuumi bajja n'omusubbaawa nga bwe basemberera omusibe. Nga bagusembeza mu nkwaawa z'omusibe oba wansi w'ebigere bye. Enkwaawa z'okyebwa kubanga ziwulira nnyo okusinga ekitundu ekirala kyonna ku mubiri ate wansi w'ebigere kubanga obulumi bulwaamu.

Ebiseera ebirala, omusibe yawalirizibwanga okwambala engato ez'ebyuma ez'okya ngali mu bigere. Olwo ate, abonyaabonya n'asikamu ebigere ebiri mu bulumi. Oba, abonyaabonya yasobolanga okusalako olulimi lw'omusibe oba okuteeka ekyuma ekibengeya mu kamwa k'omusibe. Omusibe bwe y'aba asaliddwa gwa kufa, yasuulibwanga mu kyuma – eky'etooloola, ekyalinga kisalasala omubiri obulele. Bwe kyanyolebwanga amangu nga kisalasala omubiri obufififi, kyokka ng'omusibe yalinga akyali mulamu ngera ategeera bulungi. Olumu, batibwanga nga basaanuusa ekirungo ekiyitibwa lead ne bakiyiwa mu nnyindo ze ne mu matu.

Olw'okuba nga abasibe bangi baalinga bakimanyi nti tebajja kugumira bulumi, b'awanga ababonyaabonya n'abakuumi b'amakomera enguzi okwanguwa okubatta, n'obutabattira mu bulumi.

Zino ze zimu ku ngeri ezibonyaabonya abantu zebaagunjaawo. Okuzirowoozaako obulowooza zituleka tuttide nga tuzikubyaamu obufaananyi. Ndowooza, kati oba wakirabye dda nti okubonyaabonya okukolebwa ababaka ba ggeyeena, abo abali wansi w'ebiragiro ebikakali ebya Lusifa, biteekwa okuba nga byo ate biri wala mu kulumya okusinga okubonyaabonyezebwa omuntu kwe yali agunjizaawo. Ababaka bano abageyeena tebalina kisa kyonna era kibanyumira nnyo ng'emyoyo giraajana nga bwegikaaba mu kutya mu Ntaana eya Wansi. Buli kiseera babeera bagezaako okuyiiya engeri esingayo obukambwe era esinga okuleeta obulumi gye baba bateeka ku myoyo gino.

Osobola okukkiriza okugenda mu ggeyeena? Osobola okulaba abaagalwa bo, ab'omu maka go ne mikwano gyo nga bagenda mu ggeyeena? Abakristaayo bonna balina okukitwala nga buvunaanyizibwa bwabwe okubuulira enjiri era bakole buli kisoboka okulokolayo waakiri omuntu omu okuva ku kugwa mu ggeyeena.

Olwo, ebibonerezo by'omutendera ogw'okusatu by'ebiri wa?

i) Omubaka wa ggeyena afaanana embizzi efanaana obubi ennyo

Omwoyo ogumu mu Ntaana eya Wansi gusibiddwa ku muti, era omubiri gwagwo gusalibwamu obufiififi mpola mpola. Kino mpozzi oyinza ku kigeraageranya n'okusala mu kyenyanja obufiififi ng'ogenda ku kifumba mu ngeri ya mu japan eyitibwa sashimi. Omubaka wa ggeyeena mu ndabika embi ennyo era etiisa ategeka ebyuma byonna eby'etaagisa okubonyaabonya omwoyo guno. Mu byuma bino mulimu okuva ku kuuma akalinga akakuba ebituli mu kisenge okutuuka ku mbazzi. Awo omubaka wa ggeyeena n'awagala ebyuma ku jjinja. Ebyuma tebyetaaga kuwagalibwa kubanga ebyuma mu Ntaana eya

Ggeyeena

Wansi biba bisongovu era nga bisigala bisongovu ekimala. Ekigendererwa kyennyini kwe kwongera okutiisa omwoyo ogulindiridde okubonyaabonyezebwa.

Okusalako obunnyama okutandikira ku bugalo

Omwoyo bwe guwulira ebyuma bino nga biwagalibwa era omubaka wa ggeyeena n'ajja gye guli nga yeeswanta nga bw'afunyiza emitaafu, omwoyo kiteekwa kuguyitiriako!

'Akambe ako kali kumpi kusala nnyama yange ...
Embazzi eyo eri kumpi kumenyamenya mikono gyange n'amagulu...
N'akola ntya nze?
Buno obulumi n'abugumira ntya?'

Entiisa yokka emulemesa n'okussa. Omwoyo gubeera gw'ejjukiza buli kiseera nti gusibiddwa n'agunywezebwa ku muti, tasobola kuvaawo, nti era awulira ng'omuguuwa oguyuza enyama ye. Gy'akoma okugezaako okudduka ku muti, omuguwa gye gukoma okumunyweza ku muti. Omubaka wa ggeyeena amusemberera n'atandika okusalasala omubiri gwe, nga atandika n'akagalo ke. Ekifi ekijjudde omusaayi kigwa wansi. Enjala z'engalo ze zikuulibwamu kyokka bwe wanaayitawo ekaseera katono ddala, engalo n'azo gijja kusalibwako. Omubaka asalamu ennyama mu ngalo ze, okutuuka mu kiseke, n'ayambuka okutuuka ku bibegaabega. Era ekinaasigala kyokka ku mikono gye ge magumba. Awo omubaka ne yeeyongerayo ku bitundu by'omubiri ebirala n'ebisambi.

Okutuuka ng'ebitundu eby'omunda birabika

Omubaka wa ggeyeena atandika okusala olubuto lwe. Eby'omunda omuli n'ebyenda bwe bitandika okulabika, asikamu ebitundu eby'omunda n'abisuula. Ebitundu abirala n'abyo abiggyamu n'abiyuzaayuza n'ebyuma bye ebisongovu.

Okutuuka eddakiika eno, omwoyo gubadde gutunula bulungi nga gulaba buli kimu kyonna nga bwe kigenze: omubiri gwe gwonna nga gusalibwa n'ebyenda bye nga bisuulibwa. Kubisaamu akafaananyi ng'omuntu akusibye ku muti, n'atandika okusalako omubiri gwo ng'atandikira emabega w'engalo zo, kifi ku kifi, nga buli kimu kyenkana n'olwala lwo. Akambe bwe kakukwatako, omusaayi guyikirawo era okubonaabona ne kutandikirawo, era teri bigambo bisobola kunnyonyola kutya kw'obeeramu. Mu ntaana eya Wansi, bw'ofuna ekibonerezo kino eky'okumutendera ogw'okusatu, si kitundu kya mubiri gwo kyokka; n'olususu lw'omubiri gwo mu buli kimu, okuva ku mutwe okutuka ku kagere, n'ebyenda byo byonna ne bisikibwamu, kimu ku kimu.

Era kubisaamu akafaananyi k'ekyenyanja sashimi, nga kino kiri mu nfumba ya ba Japan ng'ekyenyanja ekibisi. Omufumbi ayawula amagumba gakyo kyenkana gonna n'olususu. Era n'asalaasala ennyama yaakyo mu bunyama butonotono nga bwe kisoboka. Obunyama buno butegekebwa ng'ekyenyanja ekiramu. Ekyenyanja kiba nga ekikyali ekiramu era osobola n'okulaba enviiri z'akyo nga zitambula. Omufumbi mu wooteri tasobola kuba na kisa ku kyennyanja kubanga bwanaakisaasira tajja kukola

Ggeyeena

mulimu mulungi. Nkwegayiridde kuumira bazadde bo, omwagala wo, ab'enganda zo, n'emikwano gyo mu ssaala. Bwe baba nga si balokole ng'era baakusibira mu ggeyeena, baakubonaabona nga basalibwako ensusu zaabwe n'ennyama yabwe ng'egibwa ku magumba gaabwe ababaka ba ggeyeena abatalina kisa. Mulimu gwaffe ng'abakristaayo okutambuza enjiri ey'amawulire amalungi, kubanga ku lunaku olw'omusango, Katonda buli omu ajja kumubuuza abo bonna abantu betutaasobola kugenda n'abo mu ggulu.

Okufumita eriiso ly'omwoyo

Omubaka wa ggeyeena ku lu luno alonda akuuma akalinga akakuba ebituli mu kisenge ng'emabega kaakula nga ennukuta "T" mu kifo ky'akambe. Omwoyo guba gumanyi ekigenda okugutuukako kubanga si gwe mulundi ogusoose okukigumira; abonyaabonyezeddwa mu ngeri eno emirundi nkumi na nkumi okuva ku lunaku lwe yaleetebwa mu Ntaana eya Wansi. Omubaka wa ggeyeena asemberera omwoyo, n'afumita munda ddala w'eriiso lye n'akuuma kano mu nkompe y'eriiso okumala akaseera. Nga omwoyo ogwo guyinza okutya bwe gulaba akuuma ako akasongovu nga kajja kasembera gyali? Obulumi obw'akuuma akakuba ebituli mu bisenge nga kafumitibwa mu liiso lye tebusobola kunnyonyolwa na bigambo.

Eno yenkomerero y'okubonyaabonyezebwa? Nedda. Mu maaso g'omwoyo wasigalawo. Omubaka wa ggeyeena kati n'asalamu amatama, ennyindo, ekyenyi, ne mu maaso

Ebibonerezo by'Abantu abafa nga basusse Emyaka egy'ekivubuka

wonna awasigadde. Kyokka teyeerabira kutu kwa mwoyo kukusalako lususu, emmimwa, n'ensingo. Ensingo, egenda ekendezebwa mpolampola, okutuuka lwe kutukako okuva ku kitundu ekya waggulu. Eno y'eba enkomerero y'ekitundu eky'okubonyaabonyezebwa ekisooka, naye nga enkomerero eno y'ebeera entandikwa y'okubonyaabonyezebwa okuddako.

Omuntu tasobola kwegayirira wadde okulaajana

Mu bbanga ettono, ebitundu by'omubiri gwe ebibadde bisaliddwako biddawo, nga gyoli tewali kyabikoleddwako. Ng'omubiri guli mu kwezzaawo, wabaawo akaseera akatono obulumi webugendera bwonna. Wabula, okuwummulamu kuno okujjukiza omwoyo okubonyaabonyezebwa okusingako okumulindiridde, era bwatyo addamu okwerariikirira n'okutya okutagambika. Bwaba akyalindirira okubonyaabonyezebwa, eddoboozi ly'obwambe obuwagalibwa liddamu ne liwulirwa. Buli kaddakiika, omubaka wa ggeyeena afaanana embizi etunula obubi ennyo agira na mukukubako eriiso n'obwenyi bwafunyizza. Omubaka aba yeetegese dda okuddamu okugubonyaabonya buto. Okubonyaabonyezebwa okujjudde obulumi ne kuddamu buto. Olowooza kino osobola okukigumira? Tewali kitundu kya mubiri gwo kisobola kusanyalala nga tekikyawulira byuma bikozesebwa kukubonyaabonya oba okubeera nga tokyawulira bulumi obutaliiko kkomo. Gy'okoma okubonyaabonyezebwa gy'okoma okuwulira obulumi.

Omuntu asuubirizibwa okuzza omusango oba omusibe mu kkomera bwaba anaatera okubonyaabonyezebwa aba amanyi

Ggeyeena

ekimulindiridde wadde nga kijja kutwala ekiseera kitono, naye era akankana n'afuna ekitengo olw'okutya okuyitiridde. Kubisaamu, nga omubaka wa ggeyeena mu kikula ky'embizi efaanana obubi ennyo ajja gyoli n'ebyuma eby'enjawulo mu mikono gye, nga by'esooza. Okubonyaabonyezebwa nga kujja kuddibwaamu obutaleekayo: okusala omubiri, okusikayo ebitundu eby'omunda, okufumita eriiso, n'ebirala bingi tebijja kukoma.

N'olwekyo, omwoyo mu Ntaana eya Wansi tegusobola kuleekana oba okusaba omubaka wa ggeyeena okumuwa obulamu, okumusaasira, okumuwa ekibonerezo ekitonotono, oba ekintu ekirala kyonna. Okulaajana kw'emyoyo, okwegayirira, n'okwesooza kw'ebyuma ebikijjanya abantu byetooloola omwoyo. Omwoyo kasita gulengera omubaka wa ggeyeena, akyuka langi n'apeeruuka nga tavaamu kigambo kyonna. Era, abeera yakitegedde dda nti talina wayinza kuwonera kubonaabona okutuusa lwanaasuulibwa mu nnyanja ey'omuliro oluvanyuma lw'olunaku olw'omusango ogw'oku Namulondo Ennene Enjeru ng'ebiro biweddeyo (Okubikkulirwa 20:11). Endabika embi ennyo nayo eyongera ku bulumi obwabaddewo edda.

ii) Ekibonerezo eky'okupika mu mubiri omukka nga bbaluuni

Omuntu yenna alinamu ak'obuntu, ateekwa okuwulira obubi bw'alumya muntu munne. Oba, omuntu ne bw'aba yali yakyaawa atya omuntu edda, gwe yakyawa bwafuna ekizibu olw'aleero, amusaasira era okumuwalana kwe yalina ne kuggwaawo waakiri okumala akaseera.

Wabula, omutima gw'omuntu bwe guba gw'asirizibwa ekyuma ekyokya, omuntu oya obeera asanyukira mu nnaku y'abalala, era okusobola okutuuka ku bigendererwa bye asobola okuba ng'ayagala okwagala okwongera ne ku nnaku abalala gye balimu.

Abantu abayisibwa nga kasasiro oba ebisaaniiko

Mu biseera bya Ssematalo ow'okubiri mu nsi ye Bugirimaani wansi w'obukulembeze obwa mulumira mu Bbwa Nazi, Japan, Italy, n'ensi endala, abantu bangi abalamu emibiri gyabwe egyakozesebwa ng'ebyokugezesebwaako; abantu bano, kyali kitegeeza, baali bafuuse mmese, obumyu, oba obusolo obulala bwe batera okugezesezaako.

Kwe kugamba, okuzuula engeri omuntu omulamu gyayinza okweyisaamu, kimutwalira bbanga ki ng'akubiddwamu ebintu eby'obutwa, na bubonero ki obulaga endwadde ez'enjawulo, obutafaali obulaga ekirwadde kya kansa n'obuwuka obulala bwagibwanga mu muntu omu ne butwalibwa mu muntu omulala. Okusobola okufuna eky'okuddamu ekitabuusibwabuusibwa, baateranga okusala embuto oba obwongo bw'omuntu omulamu. Okutegeera engeri omuntu ow'abulijjo bwayinza okweyisa mu bunyogovu obungi oba mu bbugumu eringi, baalinga bassa wansi ebbugumu mu kisenge mwe batadde omuntu omulundi gumu oba ne b'ongeza mangu ddala ebbuguma mu kisenge mwebatadde omuntu.

Ggeyeena

Abantu bano ababadde "bagezesebwaako" nga bamaze okukola ekibadde kibeetaaza, nga balekebwaawo okufa mu bulumi.

Balowoozanga kitono ddala, ku bulumi n'ekiyinza okutuuka ku "by'okugezesebwako" bino. Kyali kikolwa kya ttima eri abasibe bangi abawambibwa mu lutalo oba abantu abalala abataalina maanyi abaakozesebwanga eby'okugezesebwako, nga balaba ng'ebitundu by'emibiri gyabwe nga bisalibwamu obutundutundu, nga tebeesimidde n'emibiri gyabwe engeri gye gyasiigibwangamu ebirwadde olw'okuggya obutafaali awalala ne babubateekamu, era neebeeraba ng'abafa!

Wabula, emyoyo mu Ntaana eya Wansi gisisinkana engeri ezisingaayo okuba ez'ettima ez'ebibonerezo okusinga okugezesebwaako kwonna okwali kukoleddwa ku muntu omulamu nga kukolebw omuntu. Nga abasajja n'abakazi abaali batondebwa mu kifaananyi kya Katonda n'enfaanana Ye, wabula ne babuza ekitiibwa kyabwe n'omuwendo, emyoyo gino giyisibwa ng'ebisasiro mu Ntaana eya Wansi.

Nga bwe tutasaasira bisaaniiko, ababaka ba ggeyeena tebaba na kusaasira kwonna ku eri emyoyo gino. Era bo bawulira nga teri kibonerezo kimala.

Amagumba gamenyekamenyeka n'olususu n'erwabika

N'olwekyo, ababaka ba ggeyeena balaba emyoyo ng'ebyokuzanyisa. Basobola okupika omukka mu mibiri gy'emyoyo ne batandika okugisamba.

Kizibu okukubyaamu akafaananyi kano: Omubiri gw'omuntu

Ebibonerezo by'Abantu abafa nga basusse Emyaka egy'ekivubuka

omuwanvuyirivu gupikibwa gutya ne gufuuka nga akapiira? Kiki ekituuka ku bitundu eby'omunda? Ebitundu eby'omunda n'amawuggwe bizimba, embirizi n'amagumba amalala agakuuma ebitundu bino gamenyekamenyeka limu ku limu, kitundu ku kitundu. Ng'ogyeeko kino, obulumi obutagambika buva mu lususu oluba lweereeze.

Ababaka ba ggeyeena bazannya n'emibiri gino egipikiddwa egy'emyoyo egitaalokolebwa mu Ntaana eya Wansi, Era omuzannyo bwe bagukoowa, b'abya olubuto lw'emyoyo n'amafumu amasongovu ennyo. Nga bw'olaba Bbaluuni eba yapikiddwa-ennyo bwefumitibwa bweyabika ne bufuuka obulele, n'omusaayi gwabwe wamu n'olususu oluyuliseyulise bimansuka buli kamu waako.

Wabula, bwe wayitawo ekiseera kitono, emibiri gy'emyoyo gino gyezzaawo era n'egiteekebwa we guagiddwa mu kifo kyazo eky'okubonerezebwaamu. Kino nga kya ttima bulala! Bwe baali bakyabeera ku nsi kuno, emyoyo gino gyayagalibwanga abantu abalala, era nga baweebwa ekitiibwa gye baabeeranga, oba nga waakiri boogera ku ddembe ly'abantu.

Naye kasita batuuka mu Ntaana eya Wansi, tebalina ddembe lye boogerako era nga bayisibwa nga amayinja okutambulira: okubeerawo kwabwe tekulina mugaso.

Omubuulizi 12:13-14 watujjukiza nti bwe wati:

Ekigambo ekyo we kikoma wano, byonna biwuliddwa; otyanga Katonda, okwatanga ebiragiro

Ggeyeena

bye; kubanga ekyo bye byonna ebigwanira omuntu. Kubanga Katonda alisala omusango gwa buli kigambo ekyakwekebwa, oba nga kirungi oba nga kibi.

Mu ngeri eyo, okusinziira ku nsala Ye, emyoyo gino kikakkanyiziddwa okuba nga bintu bya kuzanyisa ebyo ababaka ba ggeyeena bye bazanyisa.

N'olwekyo, tulina okukimanya nti bwe tulemererwa okukola ebyo ebigwanira omuntu, nga kwe kutya Katonda n'okukwata ebiragiro Bye byonna, tujja kuba nga tetukyatwalibwa ng'emyoyo egy'omuwendo egirina ekifaananyi kya Katonda n'enfaanana Ye, wabula okubeera ebintu eby'okubonyaabonyezebwa n'ebibonerezo eby'ettima mu Ntaana eya Wansi.

5. Ekibonerezo ku Pontiyaasi Piraato

Mu kiseera ky'okufa kwa Yesu, Pontiyaasi Piraato yeeyali omukulu w'essaza lya Yuda, kati gye bayita Palesitayini. Okuva lwe yatuuka mu Ntaana eya Wansi, abadde afuna ebibonerezo eby'okumutendera ogw'okusatu, omuli okukubibwa emiggo, Nsonga ki ddala ebonyaabonyesa Pontiyaasi Piraato?

Wadde yamanya obutuukirivu bwa Yesu

Okuva Piraato bwe yali omukulu wa Yuda, olukusa lwe lwali lwetaagibwa nnyo okukomerera Yesu. Ng'omukulu wa Yuda,

Ebibonerezo by'Abantu abafa nga basusse Emyaka egy'ekivubuka

Piraato yali avunaanyizibwa okufuga ekitundu kyonna ekya Yuda, era yalina bambega bangi mu bifo bingi mu kitundu kino kyonna abaali bamukolera. N'olwekyo, Piraato yali amanyi bulungi eby'amagero enkumu Yesu bye yali akoze, obubaka Bwe obw'okwagala, okuwonya Kwe abalwadde, Okubuulira kwe ku Katonda, n'ebiringa ebyo, Nga Yesu bwe yabuulira enjiri mu kitundu kyonna Ye ne Piraato mwe baabeeranga. Era, okuva ku alipoota bambega be ze baali bamuwadde, Piraato yamaliriza agamba nti Yesu yali musajja ataalina musango.

Era, kubanga Piraato yali akimanyi bulungi nti Abayudaaya baali baagala nnyo okutta Yesu olw'obuggya, yakola buli ekisoboka obutamusalira musango. Wabula, olw'okuba Piraato yali akimanyi bulungi nti bwataakole nga Abayudaaya bwe baagala kyali kijja kuvaamu obutali butebenkevu mu ssaza lino, yamaliriza awaddeyo Yesu akomererwe nga Abayudaaya bwe baasaba. Singa obutali butebenkevu bwabalukawo mu kitundu kya Piraato, obuvunaanyizibwa obw'amaanyi ddala obwali bumwolekedde bwanditute obulamu bwa Piraato.

Ku nkomerero, Piraato omutiitiizi yasalawo okufa kwe ng'amaze okufa. Engeri abasirikale Abaruumi bwe baakubamu Yesu emiggo ku biragiro bya Piraato nga tannakomererwa, Piraato naye, aweereddwa ekibonerezo kye kimu: ekitakoma okuva mu babaka ba ggeyeena.

Piraato akubibwa buli erinnya lye lwe liyitibwa

Eno y'engeri Yesu gye yakubibwaamu. Embooko yaliko ebyuma n'amagumba eby'asibibwa ku mbooko eno eyali

Ggeyeena

empanvu ey'eddiba gy'ekoma. Buli lwe yakubibwanga, embooko eno nga yeetooloola omubiri gwa Yesu, era amagumba n'ebyuma ku nkomerero y'emboko nga ziyuza omubiri Gwe. Okugigyayo, ng'ennyama egirako ku mboko eno ng'amabwa g'ongera okusajjuka.

Mu ngeri y'emu, buli abantu bwe bayita erinnya lye ku nsi kuno, ababaka ba ggeyeena bakuba Piraato emiggo mu Ntaana eya Wansi. Mu buli kusaba ku sande, aba Kristaayo bangi baatula Enzikkiriza y'Abatume. Buli ebigambo "eyabonyaabonyezebwa ku mulembe gwa Pontiyaasi Piraato" byatulwa, ng'eno ye akubibwa. Abantu enkumi n'enkumi bwe baatula erinnya lye omulundi gumu, emisinde kwa bamukubira gyeyongera n'amaanyi ga buli lukuba g'eyongeramu. Olumu, ababaka abalala aba ggeyeena bakung'anira ku Piraato okweyambako mu ku mukuba.

Wadde omubiri gwa Piraato guyuziddwayuziddwa era abikiddwa mu musaayi, ababaka ba ggeyeena b'amukuba ng'abali mu kuvuganya. Okukuba kwe kuyuza ennyama ya Piraato, n'amagumba ne gatuuka okulabika, era emboko zifubutulayo n'obwongo bwe.

Olulimi lwe lwagibwaamu olubeerera

Bw'aba ng'ali mu kubonyaabonyezebwa, Piraato abeera aleekaana nnyo, "Banange temwatula linnya lyange Mbegayiridde temwogera ku linnya lyange! Buli lwe lyogerebwako, Mbonaabona ne mbonaabona." Naye tewali kiva mu kamwa ke kiwulirwa. Olulimi lwe lwasalibwaamu, kubanga olulimi lwe lwe lwasalira Yesu omusango akomererwe. Bw'obeera mu bulumi, kiyambako bw'oleekaana n'olaajana. Naye Piraato, n'ogwo omukisa tagulina.

Waliwo ekintu eky'enjawulo ku Piraato. Emyoyo emirala egy'asingisibwa emisango mu Ntaana eya Wansi, ebitundu by'emibiri gyabwe bwe bigibwako, bwe bisalibwako, oba okwokyebwa, ebitundu ebyo byezzaawo. Wabula lwo olulimi lwa Piraato teruriddamu lwasalibwako olubeerera ng'akabonero akalaga ekikolimo. Piraato ne bwasaba atya n'asaba abantu obutayita linnya lye, lijja kwatuulwanga okutuuka ku lunaku olw'omusango. Era erinnya lye gye likoma okwatulibwa, n'ekibonerezo kye gye kikoma okuba eky'amaanyi.

Piraato yakola ekibi mu bugenderevu

Piraato bwe yawaayo Yesu okukomererwa, yakwata amazzi n'anaaba engalo ze mu maaso g'ekibiina ng'agamba nti, *"Nze siriiko kabi olw'omusaayi gw'omuntu ono omutuukirivu; musango gwammwe"* (Mataayo 27:24). Mu kuddamu, Abayudaaya, kati abaali batabukidde ddala nga baagala okutta Yesu baddamu, Piraato nti, *"Omusaayi gwe gubeere ku ffe, ne ku baana baffe!"* (Mataayo 27:25).

Kiki eky'atuuka ku Bayudaaya nga Yesu amaze okukomerebwa? Battibwa mu kirindi ekibuga kya Yerusaalemi bwe kyawambibwa ne ky'onoonebwa omulwanyi omukulu omuruumi Tito mu kyasa ekye 70 nga Kristo amaze okufa. Okuva olwo, baasaasaanira mu bitundu bingi okwetooloola ensi yonna era ne babonyaabonyezebwa mu nsi ezitali zaabwe.

Ggeyeena

Mu biseera bya Ssematalo II, baakakibwa okudda mu nkambi ez'enjawulo mu Bulaaya, Abayudaaya obukadde mukaaga baabulwa omukka gwe bassa ne b'afa mu birombe bya ggaasi n'abalala ne battibwa mu bukambwe. Mu byasa ebitaano eby'asooka ensi eno ng'eziddwaawo oluvanyuma lw'ameefuga ga 1948, ensi ya Israel ebadde ejja erumbibwa, nga teyagalibwa, n'ebalirwana baayo okuva mu Masekati ga buvanjuba nga bagyesimbyemu okugikuba.

Wadde Abayudaaya bafunye okuddibwaamu nga bwe baasaba "Omusaayi gwe gubeere ku ffe n'abaana baffe!" kino tekitegeeza nti ekibonerezo kya Piraato kikendezebwaako. Piraato yakola ekibi ng'akimanyi. Yalina emikisa mingi obutakikola, naye era n'akikola. Ne mukyala we, ng'amaze okulabulibwa mu kirooto, yasaba Piraato obutatta Yesu. N'atawuliriza mutima gwe n'amagezi ga mukyala we, Piraato yagenda mu maaso n'okusalira Yesu ogw'okukomererwa. Era eky'avaamu, yawalirizibwa okufuna ekibonerezo eky'okumutendera ogw'okusatu mu Ntaana eya Wansi.

Ne leero, abantu bakola ebibi, wadde babimanyi nti bibi. Ne boogera ebyama bya banaabwe olw'ebigendererwa ebyabwe. Mu Ntaana eya Wansi, ekibonerezo eky'okumutendera ogw'okusatu kiteekebwa kw'abo abateseeza obubi banaabwe, abawa obujjuzi obw'obulimba, abawayiriza baanabwe, ab'ekutulamu oba okukola ebibinja eby'okutta oba okubonyaabonya abalala, abatitiizi, abalya mu banaabwe olukwe nga bali mu buzibu oba nga bali mu bulumi, n'ebiringa ebyo.

Ebibonerezo by'Abantu abafa nga basusse Emyaka egy'ekivubuka

Katonda ajja kukubuuza ku bikwatagana ku buli kikolwa

Nga Piraato bwe yassa omusaayi gwa Yesu mu mikono gya Bayudaaya ng'anaaza engalo ze, abantu abamu embeera eziba zibaddewo babeera baziteeka ku bantu balala. Wabula, obuvunaanyizibwa bw'ebibi by'abantu bubeera ku bo. Buli muntu wa ddembe, era talina ddembe lya kusalawo okutuufu kyokka, wabula ajja kuvunaanyizibwa ku kusalawo kwakola. Eddembe okukola nga bwe twagala kutuganya okukola okusalawo okukkiriza Yesu oba obutamukkiriza ng'omulokozi waffe, oba tukuuma olunaku lwa Mukama nga lutukuvu oba nedda, okuwaayo ekimu eky'ekkumi eri Mukama mu bulamba bwakyo oba nedda, n'ebiringa ebyo. Wabula, ekiva mu kusalawo kwaffe kirabikira mu ssanyu ery'olubeerera mu ggulu oba mu bibonerezo eby'olubeerera mu ggeyeena.

Era, ekiva mu kusalawo kw'okoze kikyo okukigumira, n'olwekyo tolina kukinenyeza mulala yenna. Yensonga lwaki toyinza kugamba bintu nga "N'ava ku Katonda olw'okuyigganyizibwa kw'abazadde bange" oba "Nnali sisobola kukuuma lunaku lwa Katonda nga lutukuvu oba okuwaayo ekimu eky'ekkumi eri Katonda olw'omwagalwa wange." Omuntu bw'aba n'okukkiriza, mazima omuntu oyo yandibadde atya Katonda n'akuuma amateeka Ge gonna.

Piraato, eyasalibwaamu olulimi olw'ebigambo bye ey'obutitiizi, abadde yejjusa nga bamukuba obutakoma mu Ntaana eya Wansi. Wabula oluvanyuma lw'okufa, Piraato talina mukisa mulala.

Ggeyeena

Wabula, abo abakyali abalamu bakyalina omukisa. Tolekangayo okutya Katonda n'amateeka Ge. Isaaya 55:6-7 watugamba, *"Munoonye MUKAMA nga bw'akyayinzika okulabika, mu mukaabirire nga bw'akyali okumpi: omubi aleke ekkubo lye, n'omuntu atali mutuukirivu aleke ebirowoozo bye era akomewo eri Mukama,naye anaamusaasira; adde eri Katonda waffe, kubanga anaasonyiyira ddala nnyo."* Olw'okwagala kwa Katonda, Atuganya okumanya ekigenda mu maaso mu ggeyeena nga tukyali balamu. Akola ekyo okuzukuusa abantu mu ttulo otw'omwoyo twe balimu, era atuzaamu amaanyi okubuulira amawulire amalungi eri abantu abalala n'abo, babeere mu kusasira Kwe n'ekisa.

6. Ekibonerezo ku Saulo Kabaka Ey'asooka owa Israeri

Yeremiya 29:11 watugamba nti *"Kubanga mmanyi ebirowoozo bye ndowooza gye muli, bwayogera Mukama, ebirowoozo eby'emirembe so si bya bubi, okubawa okusuubira enkomerero yammwe ey'oluvannyuma."* Ekigambo kyaweebwa Abayudaya bwe baali bawang'angukidde e Babilooni. Olunyiriri lulagula okusonyiwa kwa Katonda n'okusaasira okujja okuweebwa abantu Be, bwe baali mu buwang'anguse olw'ebibi byabwe eri Katonda waabwe.

Olw'ensonga y'emu, Katonda atutuusaako obubaka ku ggeyeena. Takikola nti akolimire abatakkiriza n'ab'onoonyi, wabula okununula abo bonna ab'ettise omugugu omuzito

Ebibonerezo by'Abantu abafa nga basusse Emyaka egy'ekivubuka

ng'abadda eri omulabe Setaani, n'okulemesa abantu abatondebwa mu kifaananyi Kye okugwa mu kifo ekyo eky'obuyinike.

N'olwekyo, mu kifo ky'okutya embeere ey'ennyamiza mu ggeyeena, kye tulina okukola kati kwe kutegeera okwagala kwa Katonda okutapimika, era bw'oba atakkiriza, kkiriza Yesu Kristo ng'omulokozi wo okuva na leero. Bw'oba obadde t'otambula ng'ekigambo kya Katonda bwe kiragira ng'oyatula okukkiriza kwo mu Ye, kyuka okole nga bwakulagira Ye okukola.

Saulo yasigala mujeemu eri Katonda

Saulo bwe yalinnya ku ntebe, yeetowaaza nnyo. Wabula, yatandika okwemanya nga takyasobola n'akugondera kigambo kya Katonda. Yagwa mu makubo ag'obubi okutuuka okuba nga yalekebwaawo ku nkomerero, Katonda yamugyako amaaso Ge. Bw'oyonoona mu maao ga Katonda, olina okukyusa endowooza yo era n'eweenenyezaawo. Tolina kugezaako kwewolereza oba okukweka ekibi kyo. Okujjako ng'okoze ekyo, Katonda lw'ajja okuwulira essaala yo ey'okwenenya era aggulewo ekkubo ly'okukusonyiwa.

Saulo bwe yategeera nti Katonda yali alonze Dawudi okudda mu kifo kye, kabaka n'atwala ajja-okuba – omusika w'entebe ye ng'omulabe we era n'amunoonyanga okumutta obulamu bwe bwonna. Saulo yatta ne bakabona ba Katonda olw'okuyamba Dawudi (1 Samwiri 22:18). Ebikolwa ng'ebyo byalinga okulumbagana Katonda maaso ku maaso.

Mu ngeri eno, Kabaka Saulo yasigala nga mujeemu era n'agenda mu maaso n'ebikolwa bye ebibi naye Katonda

Ggeyeena

teyamuzikiririzaawo. Wadde Saulo yayigganya nnyo Daudi era n'amalirira okumutta okumala ebbanga ddene, Katonda yasigala aleka Saulo nga mulamu.

Kino kyalina ebigendererwa bibiri. Ekisooka, Katonda yagenderera okubumba Dawudi okuvaamu ekibya eky'amaanyi era kabaka. Eky'okubiri, Katonda yawa Saul obudde obumala okwenenya ebyo bye yali akoze obubi.

Singa Katonda yali w'akutta buli omu ku ffe ng'akoze ekibi ekimugwanira okufa, tewali n'omu ku ffe yandisigaddewo. Katonda ajja kusonyiwa, alinde, era alinde, naye omuntu bw'atadda Gyali, Katonda ajja kutunula eri. Wabula, Saulo teyategeera mutima gwa Katonda era n'anoonya okuyaayaana kw'omubiri. Kunkomerero, Saulo yakubibwa bubi nnyo abalasi era ekyavaamu ne y'etta n'ekitala kye kyennyini (1 Samwiri 31:3-4).

Omubiri gwa Saulo gulengejjera mu bbanga

Kibonerezo ki ekya Saulo eyali yeemanyi ennyo? Effumu esongovu ennyo lifumise mu lubuto lwe nga bwalengejjera waggulu mu bbanga. Obwogi bw'effumu busimbye munda ddala n'ebyuma ebirala ebifaanana ng'obuuma obusongovu obukuba ebituli mu kisenge n'obwambe obusala ennyo.

Obulumi buyitawo bwe bakuwanika mu bbanga nga bwe kiri. Ate obulumi bussuka ng'olengejjera mu bbanga nga effumu likuli mu lubuto, era ng'obuzito bwo bw'ongera ku buzito. Effumu ligaziya ekituli ku lubuto olufumitiddwa n'obwambe obusala ennyo n'obuuma obusongovu. Olususu bweruyulika, ennyama, amagumba, n'ebyenda birabika.

Olumu, ababaka ba ggeyeena bajja awali Saulo ne bakyusa effumu eryo, obwambe obusala bwonna n'obuuma obusongovu obwakwasibwa ku ffumu n'abwo buyuza omubiri. Okwetolooza effumu kw'asa amawuggwe ga Saulo omutima, olubuto n'ebyenda.

Era bwe wayitawo akasera nga Saulo ayise mu kubonyaabonyezebwa kuno nga n'ebyenda bye bisaliddwasaliddwa mu butundutundu, ebitundu bye eby'omunda byonna byezzaawo bulungi. Bwe bimala okwezzaawo obulungi, omubaka wa ggeeyena ajja eri Saulo era n'addamu enkola yonna. Bw'aba, abonaabona, Saulo abeera ajjukiramu ebiseera byonna n'emikisa gy'okwenenya mu bulamu bwe.

Lwaki n'awakanya okwagala kwa Katonda?
Lwaki n'alwana Naye?
N'andiwuliriza
Okuwabulwa kwa Nnabbi Samwiri!
Nandyenenyezza
omwana wange Jonasaani bwe yannegayirira!
Kale singa ssaali mubi nnyo eri Dawudi,
osanga ekibonerezo kyange kyandibadde kitono ko…

Tekigasa Saulo kwejjusa oba okwenenya ng'amaze okugwa mu ggeyeena. Obulumi tebugumiikirizika okuba ng'olengejjera mu bbanga ng'effumu likufumitiddwa mu lubuto, era omubaka wa ggeyeena bwasemberera Saulo okumubonyaabonya omulundi omulala, Saulo entiisa emujjula. Obulumi bw'abaddemu mu

Ggeyeena

kaseera akakabaawo emabega ng'akyabulimu, era abulwa n'omukka gw'asa bw'alowooza ku bigenda okuddirira. Saulo ayinza okusaba nti, "Nkwegayiridde ndeka!" oba "Nkwegayiridde, lekeraawo okumbonyaabonya!" naye kiba tekigasa. Saulo gyakoma okutya, omubaka wa ggeyeena gy'akoma okunyumirwa. Ajja kukyusa era akyuse effumu, era ennaku n'obulumi bw'omubiri gwe okuyuzibwayuzibwa Saulo aba abidding'ana.

Okwemanya kye kikulembera okuzikirira

Omusango guno mungi nnyo mu kanisa yonna leero. Omukkiriza omuggya, mu kusooka, ajja kufuna era ajjuzibwe Omwoyo Omutuku. Ajja kwagala nnyo okuweereza Katonda n'abaweereza Be okumala ekiseera ekitono. Wabula, omukkiriza oyo ajja kutandika okujeemera okwagala kwa Katonda, ekanisa Ye, n'abaweereza Be. Bino bwe binaagenda byeyongera, ajja kutandika okusalira banne emisango n'ekigambo kya Katonda ky'awulidde. Era ebiseera ebisinga ajja kutandika okw'emanya mu bikolwa.

Okwagala kwe okw'asooka kwe yagabananga ne Mukama kugenda kuggwerera ekiseera bwe kigenda kiyitawo, era essuubi lye – ery'ali liteereddwa mu ggulu – kati liri ku bintu bya nsi eno – ebintu bye yali yavaako. Ne mu kanisa, kati ayagala yabeera aweerezebwa, ng'atandise okuba n'omululu gwa sente n'amaanyi, era n'eyeenyigira mu kuyaayaana kw'omubiri.

Bwe yali nga mwavu, yalinga asaba, "Katonda, Mpa omukisa gw'ebintu!" Kiki ekibaawo bw'amala n'afuna omukisa? Mu kifo ky'okukozesa omukisa okuyamba abaavu, okukola mu buminsane, n'emirimu gya Katonda, kati ali mu kw'onoona emikisa gya Katonda mu kunoonya ssanyu lya nsi eno.

Olwa kino, Omwoyo Omutuku ali mu mukkiriza akungubaga; omwoyo gwe gusisinkana ebigezo bingi n'ebizibu; n'ebibonerezo biyinza okuba binaatera okumutuukako. Bw'agenda mu maaso n'okwonoona, omutima gwe guyinza okutuuka ekiseera nga tegukyawulira. Ayinza okubeera nga takyasobola kwawulawo kwagala kwa Katonda okuva ku mululu gw'omutima gwe, nga buli ssaawa agoberera kisembyeyo.

Olumu, asobola okufuna obuggya ku baweereza ba Katonda abo abeegombebwa ennyo era nga abaagalibwa ba memba b'ekanisa. Ayinza okuboogerako obubi era n'ayingirira obuweereza bwabwe. Olw'ebigendererwa bye, aleetawo enjawukana mu kanisa, bwatyo n'ayonoona ekanisa Kristo mwatuula.

Abantu ng'abo bajja kugenda mu maaso n'okulumbagana Katonda era n'ebafuuka ekikozesebwa ky'omulabe Setaani, era ku nkomerero bafaanane Saulo.

Katonda aziyiza ab'amalala naye Abawombeefu abawa omukisa

1 Petero 5:5 wasoma nti *"Bwe mutyo, abavubuka, mugonderenga abakadde. Era mwenna mwesibenga obuwombeefu, okuweerezagananga mwekka na mwekka: kubanga Katonda aziyiza ab'amalala, naye abawombeefu abawa ekisa."* Ab'amalala banyooma enjiri ebuuliddwa okuva

ku kituuti bwe bagiwulira. Bakkiriza ebyo ebikwatagana n'ebirowoozo byabwe, naye ne bawakanya ekyo kye batakkiriziganya n'akyo. Endowooza z'abantu ezisinga z'awukana ku za Katonda. Toyinza kugamba nti okkiriza era oyagala Katonda bw'oba ng'okkiriza ebyo byokka ebikwatagana n'endowooza yo.

1 Yokaana 2:15 watugamba, *"Temwagalanga nsi newakubadde ebiri mu nsi. Omuntu yenna bw'ayagala ensi, okwagala kwa Kitaffe tekuba mu ye."* Mu ngeri y'emu, okwagala kwa Kitaffe bwe kutaba na muntu oyo, abeera talina kussa kimu na Katonda. Eyo yensonga lwaki, bw'ogamba nti olina okussa ekimu Naye kyokka ng'okyatambulira mu kizikiza, obeera olimba era obeera totambulira mu mazima (1 Yokaana1:6).

Olina okubeera omwegendereza bulijjo era weekeberenga bulijjo okulaba oba otandise okwemanya oba nedda, oba oyagala okuweerezebwa oba okuweereza abalala, oba nga n'okwagala kw'ensi eno kusensedde omutima gwo.

7. Ekibonerezo eky'okumutendera ogw'okuna ku Yuda Esukaliyooti

Tulabye nga ebibonerezo ku mutendera ogusooka, ogw'okubiri, n'ogw'okusatu mu Ntaana eya Wansi bya nnaku nnyo era birimu ettima lingi okusinga ne bwe tulowooza. Era twekennenyezza ensonga eziwera lwaki emyoyo gino gifuna ebibonerezo ebikakali ng'ebyo.

Okuva kati n'okweyongerayo, katutunuulire ebibonerezo ebisingayo okutiisa mu byonna mu Ntaana eya Wansi.

Ebibonerezo by'Abantu abafa nga basusse Emyaka egy'ekivubuka

Byakulabirako ki eby'ebibonerezo eby'okumutendera ogw'okuna era na bibi bya kika ki emyoyo gino bye gikoze okuweebwa ebibonerezo ebyo?

Okukola ekibi ekitasonyiyibwa

Baibuli etugamba nti ebibi ebimu bisobola okusonyiyibwa okuyita mu kwenenya, kyokka waliwo ebika bye bibi ebirala ebitasonyiyika, ebika by'ebibi ebikutwala mu kufa (Matayo 12:31-32; Abaebulaniya 6:4-6; 1 Yokaana 5:16). Abantu abavvoola Omwoyo Omutukuvu, abakola ekibi nga bakimanyidde ddala nti kibi, n'abalinga abo bagwa mu ttuluba lino ery'ebibi, era bajja kugwa mu kitundu ekisingayo okuba ekyewala eky'entaana eya Wansi.

Okugeza, tutera okulaba abantu abawonyezeddwa oba abaalina ebizibu byabwe ne bivaawo olw'ekisa kya Katonda. Mu kusooka, bakozesa maanyi okukolera Katonda ne kanisa Ye. Wabula, naye olumu tubalaba nga bakemebwa ensi, era oluvaamu ne bava ku Katonda.

Baddamu ne beenyigira mu masanyu g'ensi buto, kyokka ku luno, ne bakola n'ebyo ebisinga ku bye baakolanga nga tebanadda eri Katonda. Bateeka ekanisa mu buswavu era ne bavvoola abakritaayo abalala n'abaweereza ba Katonda. Ebiseera ebisinga, abo aboogerera mu lujjudde nti bakkiririza mu Katonda beebasooka okwogera ku kanisa oba abasumba nti "basomesa bya bulimba" nga basinziira ku ndowooza zaabwe n'okutegeera. Bwe balaba ekanisa ng'ejjudde amaanyi g'Omwoyo Omutukuvu n'ebyamagero bya Katonda nga biyita mu muweereza We, olw'okuba baba tebakitegeera bulungi, banguwa okwogera ku bakungaanye bonna "nti bali wansi wa bulimba" oba ne batwala emirimu gy'Omwoyo Omutukuvu nti gya Sitaani.

Baliddemu Katonda olukwe era tebasobola kufuna mwoyo wa kwenenya. Kwe kugamba, abantu ng'abo bajja kuba tebasobola kwenenya bibi byabwe. N'olwekyo, oluvanyuma lw'okufa, "Abakristaayo" bano bajja kufuna ebibonerezo by'amaanyi okusinga abo abatakkiririza mu Yesu Kristo ng'omulokozi waabwe era kunkomerero bajja kusibira mu Ntaana eya Wansi.

2 Petero 2:20-21 watugamba nti *"Kuba oba nga bwe bamala okudduka okuva mu bugwagwa bw'ensi mu kutegeerera ddala Mukama waffe era Omulokozi Yesu Kristo, naye ne beegombeza mu obwo omulundi ogw'okubiri ne bawangulibwa eby'oluvannyuma byabwe bisinga obubi eby'olubereberye. Kubanga kyandibadde kirungi gye bali singa tebaategeera kkubo lya butuukirivu, okusinga, bwe bamala okulitegeera, okudda ennyuma okuleka ekiragiro ekitukuvu kye baaweebwa."* Abantu bano baajeemera ekigambo kya Katonda era ne bamuwakanya wadde baali bategedde ekigambo era olwa kino, bajja kufuna ebibonerezo ebisingira ddala obunene okusinga kw'ebyo ebijja okuweebwa abo abatakkiriza.

Abantu emitima gyabwe nga gyasiriizibwa

Emyoyo egifuna ebibonerezo by'okumutendera ogw'okuna babeera tebakomye ku kukola bibi bitasonyibwa byokka, wabula n'emitima gyabwe giba gyasiriizibwa. Abamu ku bantu bano bafuukidde ddala abaddu b'omulabe Setaani, Abawakanyizza

Katonda n'okulumbagana ennyo Omwoyo Omutukuvu. Kiringa nti bbo bennyini baakomerera Yesu ku musalaba.

Yesu Omulokozi waffe yakomererwa tusonyiyibwe ebibi byaffe n'okujja omuntu mu kikolimo n'okufa okw'olubeerera. Omusaayi Gwe ogw'omuwendo gw'anunula abo bonna abamukkiririzaamu, naye ekikolimo ku bantu abafuna ekibonerezo eky'okumutendera ogw'okuna kibafuula abo abatasaanira kufuna bulokozi n'omusaayi gwa Yesu Kristo. N'olwekyo, bakolimiddwa okukomererwa ku misalaba gyabwe n'okufuna ebibonerezo ebyabwe mu Ntaana eya Wansi.

Yuda Isukaliyooti, omu ku bayigirizwa ba Yesu Ekkumi n'ababiri era osanga omuli w'olukwe akyasinze okumanyibwa mu by'afaayo by'omuntu, kyakulabirako kirungi nnyo. N'amaaso ge gennyini, Yuda yalaba Omwana wa Katonda mu mubiri. N'afuuka omu ku bayigirizwa ba Yesu, n'ayiga ekigambo, era n'alaba eby'amagero bingi nnyo nga bikolebwa. Kyokka, Yuda teyasobola kusuula eri mululu gwe na kibi okutuuka ku nkomerero. Era eky'avaamu, Yuda yayingirwamu Setaani n'atunda omusomesa we ebitundu bya ffeeza 30.

Yuda ne bwe yayagala atya okwenenya

Olowooza ani gwe gwasinga okusinga: Pontiyaasi Piraato eyasalira Yesu omusango akomererwe ku musalaba, oba Yuda Isukariyooti eyatunda Yesu eri Abayudaaya? Okuddamu kwa Yesu eri ekibuuzo kya Piraato kituwa eky'okuddamu ekirungi:

Tewandibadde na buyinza bwonna ku nze, singa

Ggeyeena

tebwakuweebwa okuva waggulu; ampaddeyo gyoli kyavudde abeera n'ekibi ekisinga (Yokaana 19:11).

Mazima ekibi Yuda kye yakola kye kisinga, ekyo kyatasobola kusonyiyibwa era tayinza kuweebwa mwoyo wa kwenenya. Yuda yazuula obunene bw'ekibi kye yali azizza, ne yejjusa era n'akomyawo sente, wabula teyaweebwa mwoyo wa kwenenya.

Ku nkomerero, yali takyasobola kuwangula buzito bwa kibi, mu bulumi obungi Yuda Isukaliyooti ne yetta. Ebikolwa by'abatume 1:18 watugamba nti Yuda *"n'agula ennimiro n'empeera ey'obubi bwe; n'agwa nga yeevuunise n'ayabikamu wakati, ebyenda byonna ne biyiika,"* nga wanyonyola enkomerero ye embi.

Yuda yakomererwa ku musalaba

Yuda ali mu kufuna kibonerezo kya kika ki mu Ntaana eya Wansi? Mu kitundu ekisingayo obuwanvu mu Ntaana eya Wansi, Yuda akomereddwa ku musalaba era omusalaba gwe gwe gusooka, egy'abo abawakanya ennyo Katonda ne giddirira. Endabika y'ekifo kino walinga entaana omwaziikibwa abantu abangi omulundi gumu oba amaalalo oluvanyuma lw'olutalo olw'amaanyi oba ebbaagiro erijjudde ente ezibaagiddwa.

Okukomererwa kye kimu ku bibonerezo ebisingayo obukambwe ne ku nsi kuno. Okukomererwa kukozesebwa ng'ekyokulabira saako okulabula abazzi b'emisango n'abo abanaatera okugizza nga kubalaga ebiseera byabwe eby'omumaaso gye binaabeera. Omuntu yenna awanikiddwa ku musalaba, abeera nnaku esinga n'okufa kwennyini, okumala essaawa eziwera – nga mu kiseera kino ebitundu by'omubiri biyuzibwayuzibwa, ebiwuka birya omubiri gwo, era n'omusaayi gwo gw'onna ne gutiiriika okuva mu mubiri – nga omuntu oyo abeera mu kwesunga okussa omukka gwe ogusembayo era ng'ayagala gujje mu bwangu nga bwe kisoboka.

Mu nsi eno, obulumi bw'okumusalaba bumala ekinene ennyo essaawa mukaaga. Wabula, mu Ntaana eya Wansi teri kkomo eri okubonyaabonyezebwa era ddala teri na kufa, Ennaku y'ekibonerezo ky'okukomererwa ku musalaba terikoma okutuuka ku lunaku olw'omusango.

Era, Yuda ayambadde engule ey'amaggwa, eyo ebeera ekula obutalekaayo bwetyo n'eyuzayuza omubiri gwe, n'efumita n'obwongo bwe, era n'eseetula n'obwongo bwe. Okwongereza kwekyo, wansi w'ebigere bye waliyo obusolo obulinga bukaamujje. Bw'obwetegereza olaba nti myoyo emirala egy'agwa mu Ntaana eya Wansi, era n'agyo giri mu kubonyaabonya Yuda. Mu nsi eno, n'agyo gyalumbagana Katonda ne gisaasaanya obubi, era emitima gyagyo ne gisiriizibwa. N'agyo, giri mukufuna ebibonerezo n'okubonyaabonyezebwa, era ebibonerezo byabwe gye bikoma okuba ebikambwe, gye gikoma okuccankalana. Era ekivaamu, mu ngeri y'okweggyako obusungu ne nnaku, gibeera gifumita Yuda n'amafumu.

Olwo, ababaka ba ggeyeena ne badduulira Yuda, nga bwe bagamba, "Ono yeeyatunda Omununuzi! Ebintu abitukoledde bulungi! Kikugwaanidde! Teyewuunyisa eyo!"

Ggeyeena

Ali mukulumirizibwa olw'okutunda Omwana wa Katonda

Mu Ntaana eya Wansi, Yuda Isukaliyooti talina kugumira bulumi bwokka obuteekebwa ku mubiri gwe, wabula n'obulumi bw'ebirowoozo. Buli ssaawa abeera ajjukiranga nti yakolimirwa olw'okutunda Omwana wa Katonda. Okwongereza kw'ekyo, olw'ouba erinnya "Yuda Isukaliyooti" lyefaanaanyiriza na buli bwa nkwe ne ku nsi kuno, kale okulumirizibwa kwe mu mutima n'akwo kweyongera.

Yesu yamanyirawo nti Yuda yali ajja kumulyaamu olukwe n'ekyali kijja okutuuka ku Yuda oluvanyuma lw'okufa. Eyo yensonga lwaki Yesu yagezaako okukomyaawo Yuda n'ekigambo, naye era yali Akimanyi nti Yuda tasobola kukomawo, mu Makko 14:21, tusanga nga Yesu akungubaga, *"Kubanga Omwana w'Omuntu agenda nga bwe kyamuwandiikwako; naye zirimusanga omuntu oyo alyamu olukwe Omwana w'omuntu! Kyandibadde kirungi eri oyo singa teyazaalibwa omuntu oyo."*

Kwe kugamba, singa omuntu afuna ekibonerezo eky'oku mutendera ogusooka, nga kino kye kimu ku bitali bikakali nnyo, kyandibadde kirungi ye n'atazaalibwa wadde kubanga obulumi bungi nnyo era tebugambika. Olwo ate Yuda? Ali mu kufuna ekibonerezo ekisinagyo obukakali!

Okusobola obutagwa mu ggeyeena

Olwo, ani atya Katonda era n'akuuma amateeka Ge? Y'oyo akuuma olunaku lwa Katonda nga lutukuvu era n'awaayo ekimu

Ebibonerezo by'Abantu abafa nga basusse Emyaka egy'ekivubuka

eky'ekkumi eri Katonda – Ebintu ebikulu ebibiri eby'obulamu mu Kristo.

Okukuuma olunaku lwa Katonda nga lutukuvu kabonero akalaga nti okkiririza mu Katonda omu n'ensi ey'omwoyo. Okukuuma olunaku lwa Katonda kikola nga akabonero akakwawula n'okukukkiriza ng'omu ku baana ba Katonda. Bw'otakuuma lunaku lwa Katonda nga lutukuvu, wabula, ne bw'ogamba otya nti okkiririza mu Katonda Kitaffe, tewali kikakasa eky'omwoyo nti oli mwana wa Katonda. Mu mbeera eno, tewaba kisigalidde wabula gwe okugwa mu ggeyeena.

Okuwaayo ekimu eky'ekkumi kyonna eri Katonda kitegeeza nti okkiririza mu maanyi ga Katonda ku bintu byonna. Era kitegeeza nti okkiriza era otegeera nti Katonda yekka Ye nnyini nsi eno yonna. Okusinziira ku Malaki 3:9, Aba Isiraeri baakolimirwa oluvanyuma "lw'okunnyaga [Katonda]." Yatonda ensi yonna era n'akuwa obulamu. Atuwa omusana n'enkuba ffe okubeerawo, amaanyi okukola, n'obukuumi ebyo ebikoleddwa mu lunaku. Katonda yennyini ebyo byonna by'olina. N'olwekyo, wadde ensimbi zo zonna za Katonda, Yatukkiriza okumuwaako kimu kya kkumi kyokka ku buli kye tufuna, endala tuzikozese nga bwe twagala. MUKAMA ow'eggye agamba mu Malaki 3:10, *"Muleete ekitundu eky'ekkumi ekiramba mu ggwanika, ennyumba yange ebeeremu emmere, era munkeme nakyo, bw'ayogera Mukama w'eggye, oba nga siribaggulirawo ebituli eby'omu ggulu, ne mbafukira omukisa ne wataba na bbanga we guliggya."* Kasita tusigala nga tuli beesigwa Gyali mu bigambo by'ekimu eky'ekkumi, Katonda, nga bwe yasuubiza, ajja kuggulawo ebituli eby'omu ggulu atufukire omukisa

Ggeyeena

wabulewo ebbanga we guliggya. Wabula, bw'otawa Katonda kimu kya kkumi, kitegeeza nti tokkiririza mu kisuubizo Kye eky'emikisa, nga tolina kukkiriza okulokolebwa, era, olw'okuba onyaze Katonda, tolina walala wakulaga okujjako ggeyeena.

N'olwekyo, tulina okukuumanga olunaku lwa Mukama nga lutukuvu, tuweeyo ekimu eky'ekkumi ekiramba eri oyo nnyini buli kimu, n'okukuumanga amateeka Ge gonna nga bwe g'awandiikibwa mu bitabo bya Baibuli enkaaga-mu-omukaaga. Nsaba, waleme okubaawo omusomi w'ekitabo kino agwa mu ggeyeena.

Mu ssuula eno, tulabye ebika eby'enjawulo eby'ebibonerezo – ebyawuddwa mu mitendera ena okutwaliza awamu – ebyo ebiteekebwa ku myoyo egy'asingibwa emisango egisibiddwa mu Ntaana eya Wansi. Ekifo kino nga kijjudde eby'ettima, ebitiisa, era eby'ennaku!

2 Petero 2:9-10 watugamba *"Mukama waffe amanyi okulokola abatya Katonda mu kukemebwa n'okukuuma abatali batuukirivu nga babonerezebwa okutuusa ku lunaku olw'omusango, naye okusinga bonna abatambula okugoberera omubiri mu kwegomba okw'obugwagwa ne banyooma okufugibwa. Abatatya, abakkakanyavu, tebakankana kuvuma ba kitiibwa."*

Abantu ababi abakola ebibi n'okukola obubi, n'okuyingirira saako okuccankalanya emirimu gye kanisa, tebatya Katonda. Abantu abo abatatya kweng'anga Katonda tebasobola era tebalina kunoonya wadde okusuubira okufuna obuyambi bwa

Ebibonerezo by'Abantu abafa nga basusse Emyaka egy'ekivubuka

Katonda mu biseera by'okulumizibwa n'ebigezo. Okutuusa ku lunaku Olw'omusango ogw'oku Namulondo Ennene Enjeru, lwe baliggalilwa mu bunnya obw'e Ntaana eya Wansi era bafunire eyo ebibonerezo okusinziira ku bunene bw'ebibi byabwe.

Abo abatambulira mu bulungi, mu butuukirivu, ne mu bulamu obwewaddeyo babeera bagondera Katonda mu kukkiriza. N'olwekyo, era obubi bw'omuntu ne bwe bwajjula ensi era Katonda n'aba nga alina okuggulawo enzigi z'eggulu ez'amataba, tulaba nga Nuwa n'abomu maka ge be bokka abalokolebwa (Okubikkulibwa 6-8).

Engeri Nuwa gye yatyaamu Katonda era n'agondera Ebiragiro Bye bwatyo n'awona omusango era n'atuuka mu bulokozi, Naffe, tulina okufuuka abaana ba Katonda abagonvu mu buli kimu kye tukola tusobole okufuuka abaana ba Katonda abatuufu era tutuukirize ekigendererwa Kye.

Essuula 6

Ebibonerezo ebiweebwa olw'okuvvoola Omwoyo Omutukuvu

1. Okubonaabonera mu nsuwa ey'amazzi agesera
2. Okulinnya akasozi akagulumivu ennyo
3. Bookyebwa mu Kamwa n'ekyuma ekyokya
4. Ebyuma ebinene ennyo ebibonyaabonya
5. Okusibibwa ku nduli y'omuti

*"Na buli muntu ayogera ekigambo
ku Mwana w'omuntu kirimusonyiyibwa,
naye oyo avvoola Omwoyo Omutukuvu
talisonyiyibwa."*
- Lukka 12:10 -

*"Kubanga abo abamala okwakirwa, ne balega ku kirabo
eky'omu ggulu, ne bafuuka abassa ekimu mu Mwoyo
Omutukuvu, ne balega ku Kigambo ekirungi ekya Katonda,
ne ku maanyi ag'emirembe egigenda okujja, ne bagwa
okubivaamu, tekiyinzika bo okubazza obuggya olw'okwenenya,
nga beekomerera bokka omulundi ogw'okubiri Omwana wa
Katonda, ne bamukwasa ensonyi mu lwatu."*
- Abaebbulaniya 6:4-6 -

Ebibonerezo ebiweebwa olw'okuvvoola Omwoyo Omutukuvu

Mu Matayo 12:31-32, Yesu atugamba, *"Kyenva mbagamba nti Abantu balisonyiyibwa buli kibi n'ekyokuvvoola, naye okuvvoola Omwoyo Omutukuvu talisonyiyika. Buli muntu alivvoola Omwana w'omuntu alisonyiyibwa; naye buli muntu alivvoola Omwoyo Omutukuvu talisonyiyibwa newakubadde mu mirembe egya kaakano, newakubadde mu mirembe egigenda okujja."*

Yesu yayogera ebigambo bino eri Abayudaaya, abaamuvumirira olw'okubuulira enjiri n'okukola eby'amagero eby'amaanyi ag'obwakatonda, nga bagamba nti yali amaanyi agajja mu myoyo emibi mbu oba nga eby'amagero abikola ku lw'amaanyi g'omulabe Setaani.

Ne leero, abantu bangi abagamba nti okukkiriza kwabwe kuli mu Krsito bavumirira amakanisa agajjudde emirimu egy'amaanyi n'ebyewuunyo Eby'Omwoyo Omutukuvu, era nga bagamba nti "g'abulimba" oba "bakolera wansi w'amaanyi ga Setaani" lwakuba tebasobola kutegeera kigenda mu maaso oba okukikkiriza. Kyokka, obwakabaka bwa Katonda n'enjiri ebuulirwa okwetooloola ensi yonna biyinza kugaziyizibwa mu ngeri ki endala awatali maanyi na buyinza ebiva ewa Katonda, kwe kugamba, Emirimu gy'Omwoyo Omutukuvu?

Okuwakanya emirimu gy'Omwoyo Omutukuvu tekirina njawulo n'akuwakanya Katonda Yennyini. Bwe kityo, Katonda, tajja kukkiriza abo bonna abawakanya emirimu gy'Omwoyo Omutukuvu ng'abaana Be, ne bwe beeyita batya "Abakristaayo."

N'olwekyo, olina okukimanya nti n'oluvanyuma lw'okulaba okubeerawo kwa Katonda mu muddu We n'ebyewunyo saako

157

Ggeyeena

obubonero obw'eby'amagero nga bibaawo, omuntu bw'aba akyavumirira omuweereza wa Katonda ne kanisa ye mbu "yabulimba," abeera avumiridde n'okuvvoola Omwoyo Omutukuvu era ekifo kyokka ekimutegekeddwa bwe bunnya bwa ggeyeena.

Ekanisa, omusumba, oba omuweereza wa Katonda omulala yenna bwe baba nga bakkiririza ddala mu Busatu bwa Katonda, nga bakkiriza nti Baibuli kye kigambo kya Katonda era nga bwe batyo bwe bakisomesa, nga bamanyi bulungi obulamu obuddirira mu ggulu oba mu ggeyeena, omusango, era nga bakkiriza nti Katonda Yafuga buli kimu nti era Yesu ye Mulokozi era ne basomesa bwe batyo, tewali n'omu alina kuyita kanisa eyo, omusumba, oba omuweereza wa Katonda nti "baabulimba."

Nnatandika ekanisa ya Manmin mu 1982 era nkulembedde abantu bangi eri ekkubo ery'obulokozi okuyita mu mirimu gy'Omwoyo Omutukuvu. Naye eky'ewuunyisa, nti mu bantu bennyini abaali balabye nga n'abo bennyini bakwatibbwako emirimu gya Katonda Omulamu be bo ate bennyini abalumbagana Katonda nga baziyiza nnyo ebigenderwa n'emirimu gy'ekanisa, era nga beebatambuza olugambo n'obulimba ku nze ne kanisa.

Bwe nali nga nnyinyonyola ennaku n'obulumi bwa ggeyeena mu bujjuvu, Katonda era n'ambikkulira ebibonerezo ebirindiridde mu Ntaana eya Wansi abo abaziyiza, abatagondera, era ne bavvoola Omwoyo Omutukuvu. Bibonerezo bya kika bye banaafuna?

Ebibonerezo ebiweebwa olw'okuvvoola Omwoyo Omutukuvu

1. Okubonaabonera mu nsuwa ey'amazzi agesera

N'ejjusa era n'enkolimira ebirayiro by'okufumbiriganwa
Bye n'akola n'omwami wange.
Lwaki ndi mu kifo kino eky'ennyiike bwe kiti?
Yansendasenda era olw'okuba Ye ndi wano!

Kuno kwe kulaajana kw'omukyala w'omuntu ng'ali mu kufuna ekibonerezo eky'okumutendera ogw'okuna mu Ntaana eya Wansi. Ensonga lwaki eddoboozi ly'okulaajana kwe okw'obulumi kuwulikika wonna mu kibangirizi eky'enzikiza lwakuba omwami we yamusindiikiriza balumbagane Katonda bombi.
Omukyala yali mubi naye omutima gwe, gw'alimu akatya Katonda. N'olwekyo, omukazi ono yali tasobola kulemesa Mwoyo Mutukuvu n'okweng'anga Katonda ku lulwe yekka. Wabula, mu kunoonya okwegomba kw'omubiri gwe, omutima gwe gwe gatta n'omutima gwa bba omubi, era abafumbo bano ne bawakanya nnyo Katonda n'emirimu Gye.
Abafumbo abaakola ebibi ababiri babonerezebwa bombi mu Ntaana eya Wansi, era bajja kubonaabona olw'ebibi byabwe. Olwo, biki ebinaaba mu bibonerezo byabwe mu Ntaana eya Wansi?

Abafumbo babonyaabonyezebwa omu ku omu

Ensuwa ejjudde ekivundu era emyoyo egyasalibwa omusango ginyikibwamu mu mazzi agesera, omu ku omu. Omubaka wa

Ggeyeena

ggeyeena bwateeka omwoyo gw'omu ku bafumbo mu nsuwa, ebbugumu eriva ku kwokya kw'amazzi kuzimbya omubiri gwonna – ne gufaanana ng'omugongo gw'akere akato – era amaaso gafubutukayo.

Buli lwe bagezaako okwewala okubonyaabonyezebwa kuno ne bafulumya omutwe gwabwe mu nsuwa, ebigere ebinene ennyo birinnya ku mutwe gwabwe n'okuguzaayo munda mu nsuwa. Obuuma obutonotono nga busongovu bwekute ku bigere bino ebinene eby'omubaka wa ggeyeena. Bwe bigulinnyako n'ebigere bino nga bimuzaayo, emyoyo egyo giddayo n'agabwa aganene.

Nga wayise akaseera, emyoyo giddamu okufulumya omutwe gwagyo kubanga tegisobola kugumira muliro. Awo wennyini, nga bwe kibadde emirundi mingi mu kusooka, girinyibwako era ne giddizibwaamu, mu nsuwa. Era, olw'okuba emyoyo gino gigendamu gumu ku gumu, omusajja bw'aba yali mu nsuwa, omukyala abeera alina okulaba obulumi munne ng'abonaabona bw'abeeramu, era bwe kityo bwe kiba ne ku mwami.

Ensuwa eno etangaala n'olwekyo buli ekiri munda kirabibwa abali ebweru. Mu kusooka, omusajja oba omukyala bw'alaba omwagalwa we ng'obonyaabonyezebwa mu ngeri ey'ettima eyo, olw'okwagala wakati waabwe buli omu akaabirako munne nga yeegayirira okumusaasira:

Mukyala wange mwali omwo!
Nkwegayiridde mugyeemu!
Nkwegayiridde mute agenda okuva mu nnaku eyo.
Nedda, naawe olimba, tomulinyako.

Bambi mugyeemu, nkwegayiridde!

Wabula nga wayiseewo ekiseera, okwegayirira kw'omwami kugenda kulekerawo. Ng'amaze okubonerezebwa emirundi nga gigyo, atandika okutegeera nti mukyala we bw'aba abonaabona, ye aba awumuddemu, nti era omukyala bwafuluma mu nsuwa, gubeera mulundi gwe.

Buli omu okunenya n'okukolimira munne

Abafumbo mu nsi muno tebajja kuba bafumbo mu ggulu. Wabula, abafumbo bano bajja kusigala ng'abafumbo mu Ntaana eya Wansi, era bafunira wamu ebibonerezo. N'olwekyo, olw'okuba bakimanyi nti ebibonerezo balina kubifuna mu mpalo, kati awo buli ayingira amaloboozi agamugoberera g'aba g'anjawulo.

Nedda, nedda, bambi tomuggyaamu.
Agira abeeramu.
Nkwegayiridde mulekemu
ngira mpummulamu.

Omukyala ayagala omwami we aboneebone obutalekaayo, kyokka n'omwami asaba mukyala we asigale mu Nsuwa nga bwe kisoboka. Wabula, nga omu atunuulira munne bwabonaabona tekimuganya kufuna budde buwummula. Okuwummulamu okutonotono tekulina kye kukola ku kubonaabona okw'olubeerera, naddala ng'omwami akimanyi nti kasita mukyala we avaamu, yaddamu. Era, omu bwabeera mu

Ggeyeena

kubonyaabonyezebwa n'alaba nga munne amusabira agire ng'abeeramu, batandika okwekolimira.

Wano, tuba tutegeera bulungi ebiva mu mukwano ogw'omubiri. Kiki omukwano ogw'omubiri kye gutegeeza – ne ggeyeena kyeri kyenni – tukitegeera nti omu bw'abonaabona mu bulumi obutagambika, munne, abeera amwagaliza agire ng'akyabonyaabonyezebwa ku lulwe.

Ng'omukyala bwe y'ejjusa lwaki yalumbagana Katonda "olw'omwami," abeera ayagala nnyo okukigamba omwami we nti, "olw'okuba ggwe Ndi wano!" Mu kumuddamu, mu ddoboozi erisinga ne ku lirye, omwami abeera akolimira n'okunenya mukyala we olw'okumuwagira n'okwenyigira mu bikolwa ebibi.

Abagalana gye bakoma okukola Obubi …

Ababaka ba ggeyeena mu Ntaana eya Wansi abagalana bano abeekolimira babasanyusa nnyo, n'omu ku bo okuba ng'alekaanira waggulu munne agire ng'abonyaabonyezebwa n'okwongera amaanyi mu kumubonyaabonya.

Balabe bano, ne wano beekolimirirawo!
Banange obubi bwabwe butusanyusa!

Babeera ng'abalaba ka firimu akanyuma ennyo, era ababaka ba geyeena bateekayo nnyo omwoyo era buli ssaawa babeera bongera okuseesaamu mu muliro okusobola okwongera okunyumirwa. Omwami n'omukyala gye bakoma okubonaabona, gye bakoma okwekolimira, kyokka gye bakoma okwekolimira n'ababaka ba ggeyeena gye bakoma okusekera waggulu. Tulina okubaako ekintu kimu kye tutegeera wano. Abantu ne bwe bakola ebibi wano ku nsi, emyoyo emibi gisanyuka ne gijaganya. Mu kiseera ke kimu, abantu gye bakoma okukola obubi, gye bakoma n'okuva ku Katonda.

Bw'osisinkana ebizibu newekkiriranya ne nsi, n'olajaana, ne weemulugunya, era n'ofuuka mukaawu eri abantu abamu oba embeera ezimu, omulabe setaani ajja gyoli ng'adduka, era n'ayongeza okubonaabona kwo n'ebizibu.

Abasajja abagezigezi abamanyi amateeka g'ensi ey'omwoyo tebali laajana wadde okwemulugunya, wabula beebaza bwebaza mu mbeera yonna ate mu ndowooza ennungi baatula okukkiriza kwabwe mu Katonda, ne bakakasa nti essira emitima gyabwe giritadde ku Ye. Era, obubi, oba omuntu omubi bwakulumya, nga Abaruumi 12:21 bwe watugamba *"Towangulwanga bubi, naye wangulanga obubi olw'obulungi,"* olina okweng'anga omubi n'obulungi bwokka era byonna obikwase Katonda.

Mu ngeri y'emu, bw'ogoberera ekirungi era n'otambulira mu kitangaala, ojja kufuna amaanyi n'obuyinza okuwangula amaanyi g'emyoyo emibi. Era, omulabe Sitaani abeera talina bwagamba nti oli mubi bwe bityo ebizibu byo bijja kugenda mangu. Katonda abeera Musanyufu abaana Be bwe bakola era ne batambulira mu kukkiriza kwabwe okulungi.

Tewali mbeera yonna erina kukufumbisa bubi mu gwe nga Setaani bwayagala, naye lowooza mu mazima era weeyisize mu kukkiriza mu ngeri esanyusa Katanda Kitaffe.

163

Ggeyeena

2. Okwambuka akasozi akagulumivu ennyo

Ne bw'oba oli muweereza wa Katonda, oba oli mukadde wa kanisa, oba omukozi mu kanisa Ye, olunaku lumu oteekwa okufuuka eky'okulya kya Setaani singa tokomola mutima gwo naye n'ogenda mu maaso n'okwonoona. Abantu abamu bava ku Katonda kubanga bagala nnyo ensi. Abalala ne balekeraawo n'okugenda mu kanisa olw'okuba bakemeddwa. Era abalala n'ebeesimba mu Katonda nga balemesa enteekateeka Ze n'obuweereza, ekibaleetera okuba nga tebalina abadduukirira ku kkubo ery'okufa kwe batambulira.

Eky'okulabirako ky'amaka gonna ag'alya mu Katonda olukwe

Emboozi eddako mboozi ey'amaka ag'omuntu omu eyali akoleddeko ekanisa ya Katonda n'obwesigwa. Tebakomola mitima gyabwe, egyali gijjudde obukambwe n'omululu. N'olwekyo, ne bakozesanga amaanyi gaabwe ku ba memba b'ekanisa abalala era ne badding'ana ng'ebibi. Ku nkomerero, Ekibonerezo kya Katonda ne kibakkako, nga taata w'amaka ago azuuliddwa n'ekirwadde eky'amaanyi. Amaka gonna ne gajja wamu mu kusaba okw'okwenenya n'okusabira obulamu bwe.

Katonda n'akkiriza okusaba kwabwe okw'okweneya. Mu kiseera ekyo, Katonda n'ang'amba ekintu kye nnali sisuubira: "Bwe mpita omwoyo gwe kati, asobola okufuna waakiri obulokozi obw'okulugwanyu. Bwe muleka n'abeerawo okumala akaseera, tajja kufuna bulokozi bwa kika kyonna."

Ebibonerezo ebiweebwa olw'okuvvoola Omwoyo Omutukuvu

Ssaakitegeererawo Kye yali ategeeza naye nga wayiseewo emyezi mitono, bwe Nnalaba eneeyisa y'amaka ago, Nneentegeera. Memba omu ow'amaka gano yali omukozi omwesigwa mu kanisa yange. Yatandika okulemesa ekanisa ya Katonda n'obwakabake Bwe nga agyogerako eby'obulimba n'okukola ebibi ebirala bingi. Ku nkomerero, amaka gonna n'egatwalibwa era buli omu n'akyuka okuva ku Katonda.

Eyaliko omukozi w'ekanisa mu kanisa yange y'ava ku kanisa n'okuvvoola n'avvoola nnyo Omwoyo Omutukuvu, ab'omu makaage abalala bonna ne bakola ebibi abitasonyiyika, era taata ono eyali awonyezeddwa olw'okusaba kwange yafa nga tewayise kabanga kanene. Singa omusajja ono y'afa ng'akyalinamu ku kukkiriza okutono bwe kuti, yandirokoleddwa. Wabula, yalekayo okukkiriza kwe, n'abeera nga takyalinayo wadde omukisa ogw'obulokozi. Era, buli memba w'omu maka ago ajja kugwa mu Ntaana eya Wansi, nga taata waabwe mweyagwa, era buli muntu yenna mu maka agamu bwe baba baakugwa mu Ntaana eya Wansi bafuna kibonerezo kyakika ki. Ekibonerezo kyabwe kinaaba kitya?

B'ambuka akasozi akagulumivu ennyo

Mu mbeera ng'amaka gonna gabonerezeddwa, waabeerawo akasozi akagulumivu ennyo. Akasozi kano kawanvu nnyo nti waggulu waako tosobola kulabayo ng'oli wansi. Amaloboozi agaleekana ennyo gajjula mu bbanga. Nga wakati wakasozi kano waliwo emyoyo essatu egiri mukubonyaabonyezebwa, nga bw'ogirengerera ewala giringa obutonnyeze busatu.

165

Ggeyeena

Balinyalinya akasozi kano akajjudde amayinja mu bigere byokka n'engalo. Engalo zaabwe ziba zakalabuse dda, ensusu zaabwe zanguwa okuvaako era ziggwerera. Emibiri gyabwe giba gjjudde omusaayi. Ensonga lwaki bali mu kulinnyalinya akasozi kano akalinga akatalinnyika lwakuba bagezaako okwewala omubaka wa ggeyeena ali mu kwetooloolera mu bbanga.

Omubaka wa ggeyeena ono, ng'amaze okutunuulira emyoyo gino essatu nga bwe girinnya akasozi kano okumala, ebbanga, agolola emikono gye, ne muvaamu obuwuka obutono nga bufaanana ng'omubaka wa ggeyeena ne busaasaanyira mu bbanga nga amazzi ge bafuuwa okuva mu kaccupa ka kalifuuwa. Nga buteeka amannyo gaabwo ku kungulu nga n'emimwa gyabwo gibwasamizza, obuwuka buno bwambuka akasozi kano mangu ddala ne butandika okugoba emyoyo.

Kubisaamu akafaananyi ng'oyingidde ennyumba yo n'olaba Ssigga empitirivu, nabbubbi, oba ebiyenje, byonna nga byenkana ng'olugalo, nga bijjudde buli wamu, kubisaamu ng'ebiwuka bino byonna ebitiisa, byonna bikugoba omulundi gumu.

Endabika y'ebiwuka bino yokka esobola okukutiisa. Watya ng'ebiwuka bino byonna bikulumba gyoli byonna omulundi gumu, kiyinza okuba nga kye kiseera ekireetera omusaayi gw'omuntu okwesiba mu bulamu bwo. Ebiwuka bino bwe bitandikira ku magulu go okulinnya era bwe waba tewannayitawo n'akabanga n'ebibuna omubiri gwonna, omuntu ayinza atya okunyonyola endabika eyo etiisa bwetyo?

Wabula mu Ntaana eya Wansi, kizibu okugamba nti ebiwuka ebiriyo biri mu lukumi oba mutwalo. Emyoyo gyo gimanyi bumanya nti ebiwuka ebitabalika, abasatu bano yemmere yabyo.

Ebiwuka ebitabalika bidduka eri emyoyo essatu

Bwe balengera ebiwuka bino wansi ku lusozi, Emyoyo esatu gyongeramu amaanyi g'egirinyisa olusozi. Wabula Tewayita kiseera kiwanvu, emyoyo essatu ne bagikwata, kino kigiyitirirako, ne gigwa ku ttaka era wano ebiwuka eby'abuli kika webibasanga ne bitandika okulya ku buli kitundu kya mibiri gyabwe. Emibiri gy'emyoyo gino nga gimaze okuliibwa gyonna, obulumi buba bungi nga tebugumiikirizika n'egiryoka giwoloma ng'amazike nga bwe gyenyeenya n'okukunkumula emibiri gyabwe. Gigezaako okweggyako ebiwuka, era kino bakikola nga bwe balinnya ku baanabwe n'okubanyigira ku ttaka, bwe batyo babeera mu kuvumagana na kwekolimira. Era wakati mu nnaku eno, buli omu ayongera kuzaala bubi mu ye okusinga ku munne, era nga bwe yeenoonyeza ebibye era nga bwe bagenda mu maaso n'okukolimira banaabwe. Ababaka ba ggeyeena kino kirabika nga kibanyumira okusinga ekirala kyonna kye baali balabyeko.

Awo, omubaka wa ggeyeena abeera yeetooloolera mu kitundu ayanjuluza omukono gwe n'akung'anya ebiwuka bino, era mu bwangu ddala byonna bibulawo. Emyoyo giba tegikyawulira biwuka bwe bigiruma, naye tegirekerawo kulinnya kasozi kagulumivu. Kubanga baba bakimanyi bulungi nti omubaka wa ggeyeena abuukira mu bbanga ajja kuta ebiwuka essaawa yonna. N'amaanyi gaabwe gonna, baddamu okulinnya akasozi. Mu kiseera ekyo, emyoyo esatu gibeera mu kutya okutagambika olw'ebyo ebinaatera okujja era ne balwana okulinnyalinnya akasozi.

Obulumi bw'amabwa ge bafuna nga balinnya tegasobola

Ggeyeena

kubuusibwa maaso. Wabula, olw'okutya ebiwuka obikonjobola emibiri gyabwe eky'obulumi obwo bakibuusa amaaso, emyoyo essatu gibuusa amaaso eky'emibiri gyabwe okuba nga gijjudde omusaayi, ne balinnya mu misinde nga bwe basobola. Kino nga kibi!

3. Bookyebwa mu Kamwa n'ekyuma ekyokya

Engero 18:21 watugamba *"Okufa n'obulamu biba mu buyinza bw'olulimi, N'abo abalwagala balirya ebibala byalwo."* Yesu mu Matayo 12:36-37 watugamba, *"Era mbagamba nti Buli kigambo ekitaliimu abantu kye boogera, balikiwoleza ku lunaku olw'omusango. Kubanga ebigambo byo bye birikuweesa obutuukirivu, n'ebigambo byo bye birikusinza omusango."* Eby'awandiikibwa ebyo byombi bitugamba nti Katonda ajja kutubuuza ebigambo byaffe era atusalire omusango nga bwe kitugwanira.

Ku ludda olumu, abo aboogera ebigambo ebirungi eby'amazima babala ebibala ebirungi okusinziira ku bigambo byabwe. Ku ludda olulala, abo aboogera ebigambo ebibi nga tebalina kukkiriza babala ebibala eby'obubi okusinziira ku bigambo byabwe ebibi eby'ogeddwa okuyita mu kamwa kaabwe. Olumu tulaba ebigambo bye tumaze g'ogera bwe biyinza okutuleetera obulumi obutagambika n'okwerariikirira.

Buli kigambo kijja kusasulwa

Abakkiriza abamu, olw'okuyiganyizibwa okuli ku b'omu maka gaabwe, bagamba oba basaba, "Abantu bange bwe baba nga baneenenya okuyita mu kabenje, kijja kuba kigwaanidde." Omulabe Setaani kasita awulira ebigambo nga bino, asalira omuntu oyo omusango ewa Katonda nga bwagamba, "Ebigambo by'omuntu oyo birina okutuukirizibwa." N'olwekyo, ebigambo bifuuka ensigo era akabenje, abantu mwe bafunira obulema era ne basisinkana obuzibu obulala, ddala kabaawo.

Ddala waliwo obwetaavu okwereetako okubonaabona n'ebigambo eby'ekisiru era ebiteetaagisa? Eky'ennaku, ebizibu bwe bijja mu bulamu bwabwe, abantu batandika okwemulugunya. Abalala tebategeera na kutegeera nti ebizibu bizze lwa bigambo byabwe bye nnyini, n'abalala tebajjukira kye bayogedde okuleeta obuzibu obw'ekikula ekyo.

N'olwekyo, okubeera ng'ojjukira nti buli kigambo kijja kusasulibwa mu ngeri emu oba endala, tulina okuba ku mpisa zaffe ezisingayo era tufuge ennimi zaffe. Nga tetufudde na kukigendererwa, bw'oba nga kyoyogera kirungi, Setaani ajja mu bwangu – era nga ateekwa – okukusalira omusango gwo olw'ebigambo byo era ojja kuba oyolekedde okubonaabona, olumu n'ebizibu ebitetaagisa.

Kiki ekiyinza okutuuka ku muntu ayogera obulimba ku Katonda ng'agenderedde, Alimba mu bugenderevu ku kanisa ya Katonda ne ku baweereza Be abaagalwa, n'aba nga alemesa ekigendererwa ky'ekanisa era n'alumbagana Katonda? Mu bwangu ajja kukozesebwa Setaani era ayolekere ebibonerezo mu

Ggeyeena

ggeyeena.

Eky'okulabirako ekiddako kiraga ebibonerezo ebiteekebwa ku abo bonna abalemesa Omwoyo Omutukuvu n'ebigambo byabwe.

Abantu abawakanya Omwoyo Omutukuvu n'ebigambo

Waaliwo omuntu eyali abadde mu kanisa yange era n'aweerezanga okumala ekiseera, mu bifo eby'enjawulo mu kanisa. Wabula, teyakomola mutima gwe, ng'ate kye kintu ekisingirayo ddala okwetaagibwa mu bakristaayo bonna. Ku ngulu, ng'alabika mu ngeri zonna ng'omukozi omwesigwa ayagala Katonda, ekanisa, n'abooluganda bwe bali mu kanisa.

Mu bantu b'omu maka ge mwalimu omuntu eyawonyezebwa endwadde etawona era nga yali wakumulekako obulemu obw'olubeerera ate omulala n'agibwa ku mugo gw'entaana. Ng'ogyeeko bino, ab'omu maka ge baali balabye ebintu bingi n'emikisa okuva eri Katonda, naye era yamaliriza takomodde mutima gwe wadde okusuula eri obubi.

Nolwekyo, ekanisa yonna bwe yafuna ebizibu eby'amaanyi, abantu b'omu maka ge baakemebwa Setaani okugiryaamu olukwe. Nga tebajjukira Kisa na mikisa gye yali afunye okuyita mu kanisa, n'ava mu kanisa gye yali aweerezza ebbanga. Era, n'atandika okuwakanya ekanisa eno era tewayita bbanga ddene, nga gyoli yali ku kigenderrwa kya kubuulira njiri, ye yennyini n'atandika okukyalira ba memba b'ekanisa era n'ayingiriranga okukkiriza kwabwe.

Wadde y'ava mu kanisa kubanga yali takakasa kukkiriza kwe,

yali asobola okufuna omukisa gw'okufuna ekisa kya Katonda mu nkomerero, singa yali asirise busirisi ku nsonga ze yali tamanyiridde n'agezaako okwawula ekirungi ku kibi. Wabula, yali tasobola kuwangula bubi bwe ye era nayonoona nnyo n'olulimi lwe okuba nti kati, okusasulwa okwe nnaku kwe kumulindiridde.

Akamwa kababulwa n'omubiri ne gufunyibwa

Omubaka wa ggeyeena ababula akamwa ke n'ekyuma ekyengeredde kubanga yawakanya bubi nnyo Omwoyo Omutukuvu n'ebigambo eby'avanga mu kamwa ke. Ekibonerezo kino kifaanana ne kya Pontiyasi Piraato, eyasalira Yesu ataalina musango omusango okukomererwa n'ebigambo okuva mu kamwa ke, kati olulimi lwe lwagibwaamu olubeerera mu Ntaana eya Wansi.

Okwongereza kw'ekyo, omwoyo guno guwalirizibwa okuyingira ayingizibwa mu kintu ekiringa ekikopo nga kyandabirwamu nga kiriko ebisiba wagulu ne wani, nga kubisiba bino kuliko ebyuma ebikwasiddwako. Ababaka ba ggeyeena bwe bakyusa ebyuma bino, omubiri gw'omwoyo oguteekeddwa mu kikopo gubeera ng'ogukamulibwa. Era omubiri gye gweyongera okukamulibwa, nga bw'olaba amazzi agaddugala bwe gakamulibwa mu kisiimuula, omusaayi gw'omwoyo gufubutuka mu maaso ge, ennyindo, emmimwa n'ebituli ebirala ebiri ku mubiri gwe. Ku nkomerero, omusaayi gwe gwonna n'amazzi bifubutuka okuva mu butafaali bw'omubiri gwe.

Oyinza okulowooza ku maanyi ag'etaagisa okukamula

Ggeyeena

olugalo lwo okuvaamu omusaayi?

Omusaayi gw'omwoyo n'amazzi gonna tebikamulwa mu kitundu kimu kyokka eky'omubiri gwe wabula mu mubiri gwe gwonna, okuva ku mutwe okutuuka ku kagere. Amagumba ge gonna n'ennyama bifunyiddwa era bimenyebwamenyebwa n'obutafaali bwe bwonna nga bumenyesemenyese, kisobozese n'ettondo erisembayo ery'otuzzi twonna okuva mu mubiri gwe okukamulwaamu. Nga bulabika bulumi bw'amaanyi!

Era ekivaamu, ekikopo ekya giraasi kijjula omusaayi n'amazzi okuva mu mubiri gwe, era biba birabika nga otwenge otumyufu otuli mu giraasi bw'obirengerera ewala. Ng'omubaka wa ggeyeena amaze okukamula omubiri gw'omwoyo okutuusa nga tewali tuzzi tukyavaamu, omubiri baguleka okumala ekiseera okugukkiriza okuddawo.

Kyokka, ng'omubiri ne bwe guddawo, Omwoyo guno gulina ssuubi ki? Kasita omubiri guddawo bwe guti, okukamula omubiri gw'agwo kuddamu awatali kukoma. Kwe kugamba, ebiseera ebisiriikirizibwaamu mu kubonyaabonya kuba kwongerayo kubonaabona.

Olw'okuba yalemesa obwakabaka bwa Katonda n'olulimi lwe, emimmwa gy'omwoyo guno gy'okyebwa ng'empeera y'okuyamba nnyo emirimu gy'omulabe Setaani, era buli ttuzi twonna mu mubiri gwe tukamulwaamu.

Mu nsi ey'omwoyo, omuntu akungula ekyo kye yasiga, era buli kyakola kijja kumukolerwa. Nkwegayiridde teweerabira mazima gano, era ttokiriza kuwambibwa bubi wabula kozesa ebigambo ebirungi n'ebikolwa, tambulira mu bulamu obuddiza Katonda ekitiibwa.

4. Ebyuma ebinene ennyo ebibonyaabonya

Omwoyo guno gwerabirako ku mirimu gy'Omwoyo Omutukuvu bwe yawonyezebwa endwadde ye n'obunafu. Ekyo nga kiwedde, yasaba n'omutima gwe gwonna. Obulamu bwe bukulemberwenga n'okulabirirwa Omwoyo Omutukuvu era n'azaala ekibala, n'afuna okutenderezebwa n'okwagalibwa kw'aba memba b'ekanisa, era n'afuuka omuweereza.

Yawambibwa amalala ge gennyini

Bwe yafuna okutenderezebwa n'okwagala kw'abo abaamwetooloolanga, n'atandika okuba n'amalala mpola mpola n'abeera nga takyasobola kwetunuulira mu ngeri entuufu era mpola mpola yatandika obutakomola mutima gwe. Yalinga omusajja omukambwe era ow'obujja, era mu kifo ky'okusuula eri ebintu bino, yatandika okukolokota abalala n'okusaliranga abaalinga abatuufu emisango, era ng'awalana oyo yenna ataamusanyusanga oba okukkiriziganya naye.

Omusajja kasita awambibwa amalala ge ye era n'akola ebibi, obubi bweyongera okukula mu ye, era abeera tasobola kwewala oba okwagala okutwala amagezi agamuweebwa okuva ew'omuntu yenna. Omwoyo guno gw'ayongera bubi ku bubi, n'akwatibwa mu mutego gwa Setaani, era nga teyeekweseeko wadde, yawakanyanga Katonda mu lujjudde.

Obulokozi tebutuukirira olw'okufuna Omwoyo Omutukuvu. Ne bw'ojjuzibwa Omwoyo Omutukuvu, n'ofuna ekisa, era n'oba ng'oweereza Katonda, obeera ng'omuddusi

Ggeyeena

w'emisinde emiwanvu abeera akyali ewala okuva ku kaguwa – okwetukuza. Omuddusi ne bwabeera adduka bulungi atya, bwakoma mu kkubo oba n'azirika, kiba tekiyamba muddusi. Abantu bangi badduka okutuuka ku kaguwa – nga lye ggulu. Ne bw'odduka emisinde emingi n'obaako w'otuuse, ne bw'oba obuzaako katono okutuuka ku kaguwa, emisinde bw'ogikomya mu kkubo, Awo emisinde gyo we giba gikomye.

Tolowooza nti onnywedde

Katonda era atugamba nti bwe tuba "baakibogwe," tujja kusesemebwa (Okubikkulirwa 3:16). Ne bw'oba musajja oba mukazzi ow'okukkiriza, bulijjo ojja kubeeranga ojjuziddwa Omwoyo Omutukuvu; okuumire okwagala kwa Katonda waggulu; era n'amaanyi ow'aguze eri obwakabaka bwa obw'omu ggulu. Emisinde gyo bw'ogikomya wakati, ng'oya okudduka akutandikira wakati, tojja kulokolebwa.

N'olwensonga eyo, omutume Paulo, eyali omwesigwa eri Katonda n'omutima gwe gwonna, yayogera n'agamba nti *"Nfa bulijjo, ndayidde okwenyumiriza okwo ku lwammwe, kwe ndi n'akwo mu Kristo Yesu Mukama waffe"* (1 Abakkolinso 15:31) era nti *"Nneebonereza omubiri gwange era ngufuga; mpozzi, mmaze okubuulira abalala, nze nzekka nneme okubeera atasiimibwa"* (1 Abakkolino 9:27).

Ne bw'obeera mu kifo ky'okusomesa abalala, bw'oteegyaako birowoozo byo gwe era ne weebonereza okufuga omubiri gwo nga Paulo bwe yakola, Katonda ajja kukuwandula. Kino kiri bwe kityo lwakuba "omulabe wammwe Setaani, atambulatambula, ng'empologoma ewuluguma, ng'anoonya gw'anaalya" (1 Petero 5:8).

1 Bakkolinso 10:12 wasoma, *"Kale alowooza ng'ayimiridde yeekuumenga aleme okugwa."* Ensi ey'omwoyo teggwaayo era naffe okwongera okufuuka nga Katonda n'akwo tekuliiko kkomo. Nga omulimi bw'asiga ensigo mu biseera eby'enkuba, n'alima mu by'omusana, ate n'akungula ng'ebikoola bigwa, olina okuwaguzanga bulijjo omwoyo wo okusobola okugenda mu maaso n'okwetegekera okusisinkana Mukama Yesu.

Okunnyoola n'okusokoola mu mutwe

Bibonerezo bya kika ebirindiridde omwoyo guno, ogw'akoma edda okukomola omutima gwagwo olw'okuba yali alowooza nti ayimiridde bulungi, kyokka n'amala n'agwa?

Ekyuma ekifaanana omubaka wa ggeyeena, malayika eyagwa, kimubonyaabonya. Ekyuma kino kikubisaamu emirundi egiwera omubaka wa ggeyeena mu bunene, era omwoyo gunyogogerawo bwe gukitunuulira obutunuulizi. Ku mikono gy'ekyuma kino ekibonyaabonya kuliko enjala ensongovu era empaanvu ezisinga omuntu alina obuwanvu obwa bulijjo.

Ekyuma kino ekinene ekibonyaabonya kikwata omwoyo mu nsingo n'omukono gwakyo ogwa ddyo ne kinnyoola omutwe gw'omwoyo n'enjala zaakyo ez'okumukono ogwa kkono, N'ekiddira omutwe gw'omwoyo n'ekisokoola obwongo bwagwo. Oyinza okuluwooza ku bulumi obubeera awo?

Obulumi buno obw'okungulu bungi nnyo; kyokka ennaku ey'omu birowoozo gye gubaako esingako. Mu maaso g'omwoyo

Ggeyeena

guno waliwo ebifaananyi ebimulagira ddala obulamu bwe obwasinga okuba n'essanyu mu nsi eno: Essanyu lye yawulira lwe yasooka okufuna ekisa kya Katonda, ng'amutendereza ne ssanyu, bwe yalinga ayagala nnyo okutuukiriza ebiragiro bya Yesu, ekiragiro "ky'okugenda okukola abagoberezi mu mawanga gonna," n'ebiringa ebyo.

Okubonaabona okw'ebirowoozo n'okudduulirwa

Eri omwoyo guno, buli kifaananyi kiringa effumu mu mutima gwe. Lumu yabeerako omuddu wa Katonda Ayinza byonna era yalina essuubi lingi ery'okubeera mu Yerusaalemi Empya ey'ekitiibwa. Kati, ali mu kifo kino ekyennyamiza. Embeera eno ekontana ennyo bwetyo eyuzayuza omutima gwe. Omwoyo ebirowoozo biguyitirirako era n'azinga omutwe gwe ogujjudde omusaayi n'enviiri ezitankuuse n'amaaso ge mu mikono gye. N'asaba asaasirwe era balekeraawo okumubonyaabonya, naye teri nkomerero ku nnaku eno.

Nga wayiseewo akaseera, ekyuma ekibonyaabonya kisuula wansi omwoyo. Olwo ababaka ba ggeyeena, ababadde balaba ng'omwoyo gubonaabona, bagwetooloola ne baguduulira, nga bagamba, "Ng'oyinza otya gwe okuba omuweereza wa Katonda? W'afuuka omutume wa Setaani, era kati gwe ssanyu lya Setaani."

Bwaba awuliriza okuduulirwa kuno, akaaba n'alaajana asaasirwe, engalo ebbiri ez'oku mukono ogwa ddyo ogw'ekyuma ekibonyaabonya zimulondawo nga bwe zimukutte mu nsingo. Nga tekifuddeeyo ku ngeri mwoyo gye gweweseemu, ekyuma kigwambusa okutuuka nga ku nsingo yaakyo n'ekikuba omutwe gw'omwoyo ku njala zaakyo ensongovu ez'oku mukono gwakyo ogwa kkono. Ekyuma kyongera ku bulumi bw'omwoyo nga kiddamu okuzannya ebifaananyi. Okubonaabona kuno tekujja kulekayo okutuusa ku lunaku olw'omusango.

5. Okusibibwa ku nduli y'omuti

Kino kye kibonerezo ky'oyo eyaliko omuweereza wa Katonda, nga y'asomesaako ku ba memba b'ekanisa ye era nga yaliko mu bifo by'obuvunaanyizibwa eby'enjawulo.

Okuwakanya Omwoyo Omutuku

Omwoyo guno gwalina okuyaayaana kungi okw'okufuuka omuntu omututumufu, nga gwagala nnyo eby'obulungi, n'obuyinza mu kikula kye. Yatuukirizanga bulungi obuvunaanyizibwa bwe naye nga talaba bubi bwe. Olumu, yalekeraawo okusaba, bwatyo n'alekayo n'okukomola omutima gwe. Mpolampola, buli kika kya bubi ne kigenda nga kikula mu ye nga obutiko obw'obutwa, era ekanisa mwe yali aweereza bwe yafuna ekizibu eky'amaanyi, yatwalibwawo amaanyi ga Sitaani.

Bwe yawakanya Omwoyo Omutukuvu ng'amaze okukemebwa Setaani, ebibi bye ne byeyongera kubanga yali mukulembeze mu kanisa ye era n'atwaliriza ba memba b'ekanisa bangi mu ngeri embi era n'alemesa obwakabaka bwa Katonda.

Ggeyeena

Abonyaabonyezebwa n'okudduulirwa

Omuntu ono afuna ekibonerezo ky'okusibibwa ku nduli y'omuti mu Ntaana eya Wansi. Ekibonerezo kye si kibi nnyo ng'ekya Yuda Isukaliyooti, naye era kikambwe era tekigumiikirizika.

Omubaka wa ggeyeena alaga omwoyo ebifaananyi ebiraga ebiseera mwe yasingira okubeera mu ssanyu mu bulamu bwe nsi eno, naddala mu biseera we yabeerera omuweereza wa Katonda omwesigwa. Okubonaabona kuno mu birowoozo kumujjukiza nti olumu yabeerako mu ssanyu ng'asobola n'okufuna emikisa gya Katonda egitaggwaayo naye teyakomola mutima gwe olw'omululu gwe n'obulimba, kyokka nga kati ali wano okufuna ebibonerezo ebitagambika.

Ebirengejjera waggulu ku muti ye jambula omungi ennyo, era bw'amala okulaga omwoyo ebifaananyi, omubaka wa ggeyeena asonga waggulu n'amudduulira, ng'agamba, "omululu gwo gw'azaala ebibala nga bino!" olwo ebibala ne bitandika okugwa kimu ku kimu. Buli kibala gwe mutwe ogw'abo bonna abaamugobereranga mu kuwakanya Katonda. Baakola ekibi kye kimu n'omwoyo guno, era ebitundu ebirala eby'omibiri gyabwe, oluvanyuma lw'okubonyaabonyezebwa okw'amaanyi, byatemeddwako. Emitwe gyabwe gyokka, nga gye girenjejjera waggulu ku muti, gye gisigadde. Omyoyo ogusibiddwa ku muti gw'awa ng'abantu b'ensi eno amagezi n'okubakema okugoberera engeri ze ez'omululu n'okukoa obubi, n'olwekyo ne kwe kufuuka ebibala by'omululu.

Buli omubaka wa ggeyeena bw'amudduulira, okudduula

kuno kukola nga akagombe akalagira ebibala bino okugwa n'okwatika kimu ku kimu. Awo omutwe ne guva mu nsawo n'ekifaananyi, Emizannyo, Firimu, omuli obulago bw'omuntu oyo nga busalibwa era nga biraga omutwe gw'oyo eyafudde n'enviiri ezitankuuse, mu maaso ge nga mwonna mujjudde omusaayi, emimwa egizimye, n'amaaso agatwakadde. Emitwe egigwa okuva waggulu girabikanga emitwe egiri mu mizanyo gino oba mu bu firimu.

Emitwe egigwa okuva waggulu gigwa ekiyiifuyiifu ku mwoyo

Emitwe egyabise bwe gigwa okuva waggulu ku muti, gyekwata ku mwoyo gumu ku gumu. Gisooka ne gyekwata ku magulu gaagwo n'egitandika okugalumako.

Ekifaananyi ekirala kiragibwa n'ekiyita ku maaso g'omwoyo era omubaka wa ggeyeena n'aguduulira, ng'agamba, "Laba, omululu gwo gulengejja bwe guti!" Awo, ensawo endala okuva waggulu n'egwa, n'eyatika, era omutwe omulala n'egugwa ku mikono gy'omwoyo ekiyiifuyiifu n'egugiruma.

Mu ngeri eno, buli omubaka wa ggeyeena bw'adduulira omwoyo, omutwe okuva waggulu gugwa, gumu ku gumu. Emitwe gino gireebeetera ku mubiri gw'omwoyo gwonna nga omuti ogubaze obulungi ennyo. Obulumi obw'okulumibwa emitwe gino bwa njawulo nnyo kw'obwo ng'omuntu akulumye oba ekisolo mu nsi muno. Obusagwa okuva ku mannyo amasongovu ag'emitwe gino busaasaana okuva ku bitundu ebirumiddwa okutuuka mu magumba munda, era ne

Ggeyeena

bukalambaza omubiri n'okuguddugaza. Obulumi buno buba bw'amaanyi nnyo nti okunyunyuntibwa agawuka oba okuyuzibwa agasodde kitono nnyo ku bulumi buno.

Emyoyo egyasigaza emitwe gyokka gibeera mu bulumi obw'okuba nti ebitundu by'emibiri gyabwe by'atemebwako n'okuyuzayuzibwa. Kiruyi kyenkana ki gye kinaaba n'akyo ku mwoyo guno? Wadde baalumbagana Katonda olw'obubi bwabwe bwennyini, okuyaayaana kwagyo okw'okugusasula olw'okugwa kwagyo kubi nnyo era kwa butayagaliza.

Omwoyo gukimanyi bulungi nti gubonerezebwa olw'omululu gwagwo. Wabula, mu kifo ky'okwejjusa oba okwenenya olw'ebibi byagwo, gubeera mu kukolimira emitwe egy'emyoyo emirala egiri mu kuluma n'okumenyamenya omubiri gwagwo. Buli kiseera lwe kiyitawo n'obulumi ne bweyongera, omwoyo gye gukoma okuba omubi ennyo.

Tolina kukola bibi ebitasonyiyika

Mmpadde eby'okulabirako bitaano eby'ebibonerezo eby'aweebwa abantu abawakanya Katonda. Emyoyo ng'egyo giweebwa ebibonerezo binene ko okusinga emirala mingi kubanga, olumu mu bulamu bwabwe, baakolerako Katonda okugaziya obwakabaka Bwe ng'abakulembeze mu kanisa.

Tulina okujjukira wano nti emyoyo mingi, egigudde mu Ntaana eya Wansi giri mu kufuna ebibonerezo, bonna nga baalowooza nti baali bakkiririza mu Katonda, era mu bwesigwa n'okwagala ne bamuweereza, abaweereza Be ne kanisa Ye.

Era, olina okujjukira obutayogeranga bubi, oba okuwakanya

oba okuvvoola Omwoyo Omutukuvu. Omwoyo w'okwenenya tajja kuweebwa abo abawakanya Omwoyo Omutukuvu, naddala kubanga baawakanya Omwoyo Omutukuvu oluvanyuma lw'okwatula okukkiriza mu Katonda ne nga bamaze okwerabirako emirimu gy'Omwoyo Omutukuvu. N'olwekyo, tebasobola na kwenenya.

Okuva mu nnaku zange ez'asooka mu buweereza bwange, ssivvumirirangako kanisa ndala yonna oba omuweereza wa Katonda omulala, era ssigambangako nti "b'abulimba." Ekanisa endala yonna oba omusumba akkiririza mu Katonda Obusatu, ne bakkiririza mu kubeerayo kw'eggulu ne ggeyeena, era ne babuulira obubaka bw'obulokozi okuyita mu Yesu Kristo, bayinza batya okuba ab'obulimba?

Era, kuba kulumbagana Mwoyo Mutukuvu okwogera ku kanisa obuyinza bwa Katonda n'okubeerawo Kwe mwe birabikira oba omuweereza okubeerawo n'obuyinza bwa Katonda mwe byeyolekera. Ekibi ng'ekyo, olina okukimanya nti teri kusonyiyibwa.

N'olwekyo, okutuusa ng'ekituufu kitegeereddwa, tewali n'omu alina kugamba muntu mulala yenna nti "w'abulimba." Okwongereza kw'ekyo, togezanga okukola ekibi eky'okuziyiza n'okulumbagana Omwoyo Omutukuvu n'olulimi lwo.

Bw'olekayo obuvunaanyizibwa – obwakuweebwa Katonda

Tetulina kulekerera buvunaanyizibwa bwatuweebwa-Katonda wadde kiri gye tuli okusalawo, mu mbeera yonna. Yesu yakaatiriza omugaso gw'obuvunaanyizibwa okuyita mu lugero lwa talanta (Matayo 25).

Waaliwo omusajja eyali agenda ku lugendo ewala. N'ayita abaddu be n'abawa ebintu bye okusinziira ku busobozi bwa buli omu. Omuddu asooka yamuwa talanta ttaano, bbiri eri ow'okubiri, n'emu eri asembayo. Omuddu asooka n'ow'okubiri baakozesa ensimbi zaabwe era buli omu ku bo n'azikubisaamu. Wabula, omuddu ey'asembayo eyali afunye talanta emu yagenda, n'agisimira ekinnya mu ttaka, n'akweka sente za mukama we. Nga wayiseewo ekiseera kiwanvu, mukama waabwe n'akomawo n'ababuuza buli omu bwakoze. Abaddu abaali bafunye ettaano n'ebbiri ne bajja ne banjulira mukama waabwe z'ebaali baviisizaamu. Mukama waabwe n'atendereza ababiri, ng'agamba, "Webale, oli muddu mulungi!" Kati omusajja eyali afunye talanta emu yagobebwa mu maaso ga mukama we kubanga esente teyazikozesa okufuna amagoba, wabula yagikweka bukwesi.

"Talanta" mu lugero luno babeera boogera ku buvunaanyizibwa – obwaweebwa Katonda. Olaba nti Katonda agoba mu maaso ge abo abatuulira obuvunaanyizibwa bwabwe. Kyokka, abantu bangi abatwetooloodde bava ku buvunaanyizibwa bwabwe obwabaweebwa Katonda. Olina okukimanya nti abo abalekerera obuvunaanyizibwa bwabwe obubali mu maaso gaabwe ddala bajja okusalirwa omusango ku lunaku olw'omusango.

Ssuula eri obunnaanfuusi era okomole omutima gwo

Yesu era yayogera ku bukulu bw'okukomola omutima bwe

yanenya omusomesa w'amateeka n'abafalisaayo nti bannaanfuusi. Abasomesa bamateeka n'abaalisaayo baalinga abatambulira mu bulamu obwesigwa, naye emitima gyabwe gyali gijjudde obubi bwatyo Yesu kwe kubanenya, ng'agamba bafaanana ng'amalaalo agayonjeddwa kungulu.

"Ziribasanga mmwe, abawandiisi n'Abafalisaayo, bannanfuusi! Kubanga mufaanana amalaalo agasiigibwa okutukula, agalabika kungulu nga gawoomye, naye munda mujjudde amagumba g'abafu n'empitambi yonna. Bwe mutyo nammwe kungulu mulabika mu bantu nga muli batuukirivu, naye munda mujjudde obunnanfuusi n'obujeemu" (Matayo 23:27-28).

Olw'ensonga y'emu, kiba tekikugasa gwe okwekolako n'okwambala engoye ezisingayo obulungi naye ng'omutima gwo gujjudde obuggya, obukyaayi, n'okwemanya. Ekisinga byonna, Katonda ayagala tukomole emitima gyaffe era tusuule eri obubi bwonna.

Okubuulira enjiri, okufaayo ku ba memba b'ekanisa, n'okuweereza mu kanisa byonna bya mugaso nnyo. Wabula, ekisinga obukulu kwe kwagala Katonda, okutambulira mu kitangaala, n'okwongera okufuuka nga Katonda bulijjo. Olina okuba omutukuvu nga Katonda bwali omutukuvu era olina okutuukirira nga Katonda bwatuukiridde.

Ku ludda olumu, Bwe kuba ng'okuyaayana kwo okwa Katonda tekuva ku mutima gwo omutuufu n'okukkiriza

Ggeyeena

okujjuvu, kusobola okuggwerera era kuba tekusanyusa Katonda. Ku ludda olulala, Omuntu bwakomola omutima gwe okusobola okufuka omutukuvu yenna, omutima gw'omuntu oyo gujja kuzaala akawoowo akasanyusiza ddala Katonda.

Era, Si nsonga ekigambo kya Katonda wakawulira era oyize kyenkana wa, ekisinga obukulu gwe okutereeza omutima gwo okusobola okweyisa n'okutambulira mu kigambo. Olina okujjukiranga okubaayo kwa ggeyeena ey'obulumi obuyitiridde, ttukuza omutima gwo, era Mukama Yesu bwanadda, ojja kuba omu ku abo abanaasooka okumwaniriza.

1 Bakkolinso 2:12-14 watugamba, *"Naye ffe tetwaweebwa mwoyo gwa nsi, wabula omwoyo oguva eri Katonda, tulyoke tutegeerenga Katonda by'atuwa obuwa. N'okwogera twogera ebyo, si mu bigambo amagezi g'abantu bye gayigiriza, wabula Omwoyo by'ayigiriza, bwe tugeraageranya eby'omwoyo n'ebyomwoyo. Naye omuntu ow'omukka obukka takkiriza bya Mwoyo gwa Katonda; kubanga bya busirusiru gy'ali; era tayinza kubitegeera, kubanga bikeberwa na mwoyo."*

Awatali mirimu n'okuyambibwa Omwoyo Omutukuvu ogutubikuliddwa Katonda, omuntu yenna ow'omu nsi ow'omubiri ayinza atya okwogera ku bintu eby'omwoyo n'okubitegeera?

Katonda yennyini atubikulidde obujjulizi buno obwa ggeyeena era n'olwekyo, buli kimu ku bwo kituufu. Ebibonerezo mu ggeyeena bitiisa nnyo nti mu kifo ky'obyogerako mu bujjuvu, Mmpandiseeko bitono ku bika by'ebibonerezo ebiriyo. Era, olina okujjukira nti mu bantu abangi abagudde mu Ntaana eya Wansi mulimu n'abo abaali ab'esigwa era abawulize eri Katonda.

Bw'oba tolina bisaanyizo bituufu, katugambe, bw'olekerawo okusaba n'okukomola omutima gwo, Ojja kuba kukemebwa Setaani okuwakanya Katonda era ku nkomerero ogwe mu Ggeyeena.

Nsaba mu linnya lya Mukama nti ojja kutegeera entiisa n'ennaku eri mu ggeyeena, ofube nnyo okulokola emyoyo mingi nga bw'osobola, osabe n'omutima gwo gwonna, obuulire enjiri n'obwegendereza, era bulijjo obeere nga weekebera okusobola okutuuka mu bulokozi obujjuvu.

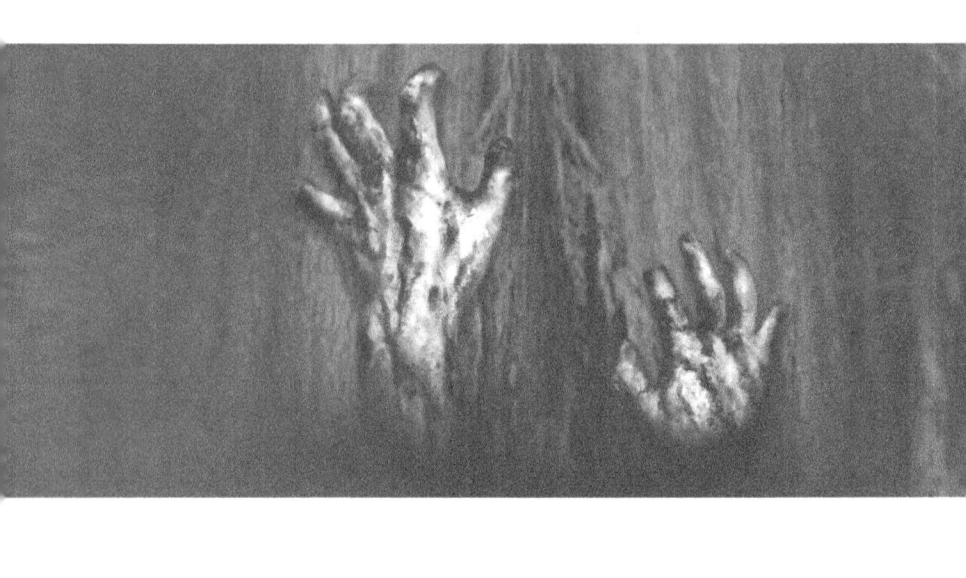

Essuula 7

Obulokozi mu kiseera ky'Okubonyaabonyezebwa Okw'amaanyi

1. Okudda kwa Kristo n'okukwakkula
2. Okubonaabona okw'amaanyi okw'emyaka omusanvu
3. Obujjulizi mu biseera by'okubonyaabonyezebwa okw'amaanyi
4. Okudda kwa Kristo okw'omulundi ogw'okubiri n'Ekyasa
5. Okwetegeka okuba omugole omukazi omulungi ennyo owa Mukama

"N'enjiri eno ey'obwakabaka eribuulirwa
mu nsi zonna, okuba omujulirwa mu
mawanga gonna, awo enkomerero n'eryoka ejja."
- Matayo 24:14 -

"Ne malayika omulala ow'okusatu n'abagoberera,
ng'ayogera n'eddoboozi ddene nti, 'Omuntu yenna bw'asinza ensolo
n'ekifaananyi kyayo, era bwakkiriza enkovu ku kyenyi kye oba ku
Mukono gwe, oyo naye alinywa ku mwenge ogw'obusungu bwaKatonda,
ogufukibwa ogutatabulwamu mazzi mu kikompe eky'obusungu Bwe, era
alibonyaabonyezebwa mu muliro n'ekibiriiti mu maaso ga bamalayika
abatukuvu ne mu maaso g'Omwana gw'Endga. N'omukka
ogw'okubonyaabonyezebwa kwabwe gunyooka emirembe n'emirembe
so tebalina kuwummula emisana n'ekiro abasinza ensolo,
n'ekifaananyi kyayo, na buli akkiriza enkovu y'erinnya lyayo."
- Okubikkulirwa 14:9-11 -

Bwe tussaayo omwoyo ku ngeri eby'afaayo gye bitambulamu oba obunnabbi mu Baibuli, tukizuula nti ekiseera kyengedde era nga kisemberedde okudda kwa Mukama. Mu myaka egiyise, wabaddewo musisi n'amataba nga bagamba byakoma okubaawo emyaka nga kikumi egiyise.

Okwengereza kw'ekyo, omuliro ogw'amaanyi ogukwata ebibira-eby'amaanyi ogutera okubaawo, omuyaga, birese enguudo ez'ebyonooneddwa n'abantu abawerako abalumiriziddwa. Ku ssemazinga Africa ne Asia, abantu bangi baabonaabona n'abalala okufa olw'enjala ng'ereeterwa ekyeeya ekiwanvu. Ebitundu by'ekibuga bingi biyise mu mbeera y'obudde etali ntuufu evudde ku obwengula okwonoonebwa, omuyaga oguyitibwa "El Niiño," "La Niña," n'emirala mingi.

Era, entalo n'obukubagano biringa ebitalikoma wakati w'amawanga, ebikolwa eby'obutujju, n'embeera z'okutulugunyizibwa ez'enjawulo. Ebikolwa eby'obuambwe ebikolebwa ku bantu bifuuse abaana baliwo enaku zino era biragiddwa mu mikutu gy'amawulire.

Ebintu ng'ebyo by'alangibwa Yesu Kristo ebyasa bibiri eby'ayita, bwe yali adda mu kibuuzo ky'abayigirizwa Be', *"Tubuulire bino we biribeererawo n'akabonero ak'okujja bwe kaliba n'ak'emirembe gino okuggwaawo?"* (Matayo 24:3)

Kwe kugamba, obutuufu bwe nnyiriri zino bwe buli wa?

Kubanga eggwanga liritabaala eggwanga ne kabaka alitabaala kabaka; walibaawo enjala n'ebikankano mu bifo ebitali bimu. Naye ebyo byonna

Ggeyeena

lwe lubereberye lw'okulumwa (Matayo 24:7-8).

N'olwekyo, bw'oba olina okukkiriza okutuufu, olina okukimanya nti olunaku lw'okudda kwa Yesu luli kumpi era obeera bulindaala ng'abawala embeerera abataano abagezigezi (Matayo 25:1-13). Togezanga okulekebwa ebweru ng'abawala embeerera abataano abataategeka mafuta g'ataala zaabwe gamala.

1. Okudda kwa Kristo n'okukwakkula

Emyaka nga enkumi bbiri egiyise, Mukama waffe Yesu y'afa ku musalaba, n'azuukira mu bafu ku lunaku olw'okusatu, era n'agenda mu ggulu ng'abantu bangi balaba. Ebikolwa by'abatume 1:11 watugamba *"Oyo Yesu abaggiddwako okutwalibwa mu ggulu alijja bw'atyo nga bwe mumulabye ng'agenda mu ggulu."*

Yesu ajja kuddira mu bire

Yesu Kristo Yagulawo ekkubo ly'obulokozi, n'agenda mu ggulu, era abadde atudde ku mukono ogwa ddyo ogwa Katonda, era atutegekera ebifo. Mu kiseera Katonda kyalisalawo era ng'ebifo byaffe mu ggulu bitegekeddwa, Yesu ajja kudda okututwala nga Yesu bwe yalanga mu Yokaana 14:3, *"Era oba nga ng'enda okubatekerateekera ekifo, ndikomawo nate ne mbatwala gye ndi, nze gye ndi, nammwe mubeere eyo."*

Obulokozi mu kiseera ky'Okubonyaabonyezebwa Okw'amaanyi

Okulabika kw'okudda kwa Yesu kulifaanana kutya?

1 Bassaseloniika 4:16-17 walaga nga bwe kiribeera nga Yesu akka okuva mu ggulu n'eggye ery'omuggulu eddene ennyo wamu ne bamalayika, wamu n'abo abafiira mu Kristo.

Kubanga mukama waffe yennyini alikka okuva mu ggulu n'okwogerera waggulu n'eddoboozi lya malayika omukulu n'kkondeere lya Katonda; n'abo abaafiira mu Kristo ba balisooka okuzuukira, naffe abalamu abaasigalawo ne tulyoka tutwalibwa wamu nabo mu bire okusisinkana Mukama waffe mu bbanga kale bwe tutyo tunaabeeranga ne Mukama waffe ennaku zonna.

Ng'ejja kuba ya kitiibwa nnyo nga Yesu Kristo akomyewo nga yeetooloddwa era ng'akuumibwa eggye ery'omu ggulu ery'enjawulo ne ba malayika mu bire! Mu kiseera ekyo, abantu bonna abalokoleddwa olw'okukkiriza bajja kukwatibwa mu bbanga era babeerewo ku mbaga ey'obugole – ey'emyaka omusanvu.

Abo ab'afa edda naye nga baalokolebwa mu Kristo beebajja okusooka okuzuukira era bakwatibwe mu bbanga, kuddeko abo abanaaba bakyali abalamu ekiseera ekyo nga Yesu akomyewo, era emibiri gyabwe gijja kukyusibwa okufuuka omubiri ogutavunda.

Ggeyeena

Okukwakkula ne Mbaga y'Obugole-ey'Emyaka Omusanvu

"Okukwakkula" gwe mukolo abakkiriza mwe banaatwalibwa mu bbanga. Olwo, "ebbanga" ery'ogerwako mu 1 Bassaseloniika 4 liri ludda wa?

Okusinziira ku Baefeeso 2:2, awagamba nti *"bye mwatambulirangamu edda ng'emirembe egy'ensi eno bwe giri okugobereranga omukulu w'obuyinza obw'omu bbanga, omwoyo ogukoza kaakano mu baana abatawulira,"* "ebbanga" wano boogera ku kifo emyoyo embi mwe girina obuyinza.

Naye ekifo kino eky'emyoyo emibi tekitegeeza ekyo awajja okuba Embaga ey'obugole ey'Emyaka-Omusanvu. Katonda kitaffe yategeka ekifo eky'enjawulo ddala awajja okubeera Embaga. Ensonga lwaki Baibuli eyita ekifo awategekeddwa "ebbanga" lwakuba lye linnya lye limu ery'ekifo ky'emyoyo emibi kubanga ebifo bino byombi biri mu bbanga lye limu.

Bw'otunula obutunuzi waggulu ku ggulu, kiyinza okukubeerera ekizibu gwe okulaba "ebbanga" – mwetugenda okusisinkanira Yesu ne wa Embaga ey'Obugole-ey'Emyaka omusanvu weribeera – mu butuufu. Eby'okuddamu eri ebibuuzo ng'ebyo bisangibwa "Amasomo ku Lubereberye" ne mu bitabo byombi ebya *Ggulu 1* ne *Ggulu 11*. Nkwegayiridde bisange mu bubaka obwo kubanga kikulu nnyo okutegeera obulungi era mu butuufu ensi ey'omwoyo era okkiririze mu Baibuli nga bwe.

Kubisaamu akafaananyi essanyu erinajjula abakkiriza ba Yesu bonna, ababadde beetegeka ng'abagole Be, bwe banaamala ne basisinkana omugole waabwe omusajja, era ne babaawo ku mbaga ey'obugole enaamala emyaka musanvu!

"Tusanyke, tujaguze, tumuwe ekitiibwa ye; kubanga obugole bw'Omwana gw'endiga butuuse, ne mukazi we yeeteeseteese. N'aweebwa okwambala bafuta entukuvu ennungi; kubanga bafuta eno bye bikolwa eby'obutuukirivu eby'abatukuvu. N'ang'amba nti Wandiika nti "Baweereddwa omukisa abayitibwa ku mbaga ey'obugole bw'Omwana gw'endiga." N'angamba nti "Ebyo bye bigambo eby'amazima ebya Katonda" (Okubikkulirwa 19:7-9).

Ku mukono ogumu, abakkiriza abo abayimusiddwa mu bbanga bajja kufuna empeera ey'okuwangula ensi. Ku mukono omulala, abo abatatwaliddwa bajja kubonaabona n'obulumi obutayogerekeka obubaweebwa emyoyo emibi egyagobebwa okuva mu bbanga okujja ku nsi Yesu bw'anaakomawo.

2. Okubonaabona okw'amaanyi okw'emyaka omusanvu

Ng'abakkiriza abalokoleddwa bali mu kweyagalira mu mbaga ey'obugole mu bbanga ne Yesu Kristo okumala emyaka musanvu, nga bwe bagabana Naye essanyu, nga bwe bateesa ne ku nteekateeka yaabwe ey'omumaaso, abo bonna abaasigalidde ku nsi basisinkana okubonaabona okutalojjeka okumala emyaka musanvu, ebizibu ebitagambika bijja kuggwiira abantu.

Ggeyeena

Ssematalo Ow'okusatu n'akabonera ak'ekisodde

Olutalo olw'eby'okulwanyisa eby'obutwa oluli ku mutendera gw'ensi yonna olw'okujja, Ssematalo ow'okusatu, ekitundu ky'emiti gyonna ku nsi nga kimu-ku bisatu gijja kuggwaawo n'abantu ekitundu kimu – ku bisatu bajja kusaanawo. Era mu lutalo lwe lumu, kijja kuba kizibu empewo ennungi ey'okussa okufunibwa n'amazzi amayonjo olw'okwonoonebwa kw'obutonde okungi, era emiwendo gy'emmere n'emiwendo n'ebyetaago bijja kuba waggulu nnyo.

Akabonero k'ekisodde, "666," kajja kulagibwa buli muntu era buli omu aba alina okukafuna kateekebwe ku mukono gwe ogwa ddyo oba mu kyenyi. Omuntu bw'agaana okufuna akabonero, ajja kubeera ng'atamanyiddwa era ajja kuba tasobola kufuna, kugula wadde okutunda ekintu kyonna nga tasobola na kufuna byetaago.

N'ewaliriza bonna, abato n'abakulu, abagagga n'abaavu, n'ab'eddembe n'abaddu okuweebwa enkovu ku mukono gwabwe ogwa ddyo oba ku byenyi byabwe: era omuntu yenna aleme okuyinza okugula newakubadde okutunda, wabula oyo amaze okuteekebwako akabonero, erinnya ly'ensolo oba omuwendo gw'erinnya lyayo. Awo we wali amagezi. Alina okutegeera abalirire omuwendo gw'ensolo; kubanga gwe muwendo gw'omuntu n'omuwendo gwayo lukaaga mu nkaaga mu mukaaga (Okubikkulirwa 13:16-18).

Obulokozi mu kiseera ky'Okubonyaabonyezebwa Okw'amaanyi

Mu abo abanaasigala emabega nga Mukama amaze okudda omulundi ogw'okubiri mu bbanga n'okukwakula be bantu abaawulira enjiri ne bagenda mu kanisa, era kati bajjukira ekigambo kya Katonda.

Waliwo abo abaava ku kukkiriza kwabwe mu bugenderevu, n'abo abaalowooza nti baali bakkiririza mu Katonda naye nga balekeddwa emabega. Singa bano baali bakkiririza mu Baibuli n'emitima gyabwe gyonna banditambulidde mu bulamu obulungi mu Kristo.

Kyokka, baalinga baakibugumirize era nga babeera beegamba, "Njakuzuula oba nga ddala eggulu ne ggeyeena gyebiri nga maze okufa," era n'olwekyo tebaalina kukkiriza okumala okufuna obulokozi.

Ebibonerezo by'abantu abafunye akabonero k'ekisodde

Abantu ng'abo bakizuula nti buli ekigambo ekiri mu Baibuli kituufu nga bamaze kulaba okukwakkula. Banakuwala ne bakaaba nnyo. Nga bajjudde okutya, beenenya olw'obutatambulira mu kwagala kwa Katonda ne banoonya nga bwe basobola ekkubo ery'obulokozi. Era, olw'okuba bakimanyi nti okufuna akabonero k'ekisodde kajja kubatwala butereevu mu ggeyeena, bakola buli kisoboka obutakafuna. Ne mu ngeri eno, bajja kuba bagezaako okukakasa okukkiriza kwabwe.

Ne malayika omulala ow'okusatu n'abagoberera, ng'ayogera ne ddoboozi ddene nti Omuntu yenna bw'asinza ensolo n'ekifaananyi kyayo, era bw'akkiriza

195

Ggeyeena

> *enkovu ku kyenyi oba ku mukono gwe, oyo naye alinywa ku mwenge ogw'obusungu bwa Katonda, ogufukibwa ogutabulwamu mazzi mu kikompe eky'obusungu bwe; era alibonyaaabonyezebwa mu muliro n'ekibiriiti mu maaso ga bamalayika abatukuvu ne mu maaso g'Omwana gw'endiga: n'omuka ogw'okubonyaabonyezebwa kwabwe gunyooka emirembe n'emirembe; so tebalina kuwummula emisana n'ekiro abasinza ensolo n'ekifaananyi kyayo, na buli akkiriza enkovu y'erinnya lyayo. Awo we wali okugumiikiriza kw'abatukuvu, abakwata ebiragiro bya Katonda n'okukkiriza kwa Yesu* (Okubikkulirwa 14:9-12).

Wabula, si kyangu okugaana akabonero k'ekisodde naddala mu nsi nga emyoyo emibi kati gye gifuga buli kimu. Era mu kiseera kye kimu, emyoyo emibi n'agyo gikimanyi nti abantu bano bajja kufuna obulokozi bwe bagaana akabonero ka 666 era bajja kufa ng'abajjulizi. N'olwekyo, emyoyo emibi tegijja era tegimala gakivaako.

Mu biseera by'ekanisa eyasooka emyaka enkumi bbiri emabega, abakulembeze mu gavumenti ez'enjawulo baayigganya nnyo Abakristaayo nga babakomerera, okubatemako emitwe, oba okubafuula emmere y'empologoma. Bw'aba ng'omu yayiganyizibwanga era n'attibwa mu ngeri eno, abantu abatabalika bajja kufunibwa enfa eya mangu mu biseera by'okubonaabona okw'amaanyi okw'emyaka omusanvu. Wabula, emyoyo emibi mu kiseera kino eky'emyaka omusanvu tegijja kwanguyiza bantu bintu abo abasigadde emabega. Emyoyo emibi gijja kuwaliriza abantu okwegaana Yesu mu ngeri yonna gye gisobola nga gikung'aanyi buli nsimbi yonna n'ebikozesebwa okukola ku bantu bano. Kino tekitegeeza nti abantu basobola okw'etta okwewala okubonyaabonyezebwa, kubanga okwetta kukutwala butereeu mu ggeyeena.

Abo abanaafuuka abajjulizi

Nnayogeddeko dda ku zimu ku Ngeri embi ennyo emyoyo emibi gye zikozesa mu kubonyaabonya abantu. Mu biseera by'okubonyaabonyezebwa okw'amaanyi, Engeri z'okubonyaabonyaamu ezitagambika zijja kukozesebwa nga bwe bagala. Era, olw'okuba okubonyaabonya kubanga okutasoboka kugumiikirizika, abantu batono nnyo abajja okufuna obulokozi mu kiseera kino.

N'olwekyo, ffenna tulina okuba abazuukufu mu mwoyo ebiseera byonna era tubeere n'ekika ky'okukkiriza okunaatutwala mu bbanga mu kiseera ky'okudda kwa Kristo mu bbanga.

Bwe nnali nga nsaba, Katonda yandaga okwolesebwa okwalimu abantu abaali balekeddwa emabega oluvanyuma lw'okukwakkula nga bafuna buli kika kya kubonyaabonyezebwa. Nnalaba nti abantu abasinga baali tebasobola kubigumira era kunkomerero ne beewaayo eri emyoyo emibi.

Okubonyaabonyezebwa kuva ku kuwaatako olususu lw'omuntu, okutuuka ku kumenyamenya ennyingo z'abantu, okusalako engalo zaabwe n'ebigere n'okubayiwako buto ey'esera. Abantu abamu abasobola okugumira okubonyaabonyezebwa kwabwe tebasobola kuguma nga balaba bakadde baabwe abakadde nga babonyaabonyezebwa oba abaana baabwe abato nga babonaabona era bwe batyo olugira n'abo, nga bakkiriza akaboneroka 666.

Era, waliwo abantu batono abatuukirivu abawangula buli kikemo n'okubonyaabonyezebwa. Abantu bano bafuna obulokozi. Wadde bulokozi obw'obuswavu era ne bayingira Olusuku lwa Katonda olw'omu ggulu, babeera basanyufu nnyo okuba nga tebagudde mu ggeyeena.

Eno yensonga lwaki kitukakatako okusaasaanya obubaka bwa ggeyeena eri ensi yonna. Wadde abantu balinga abatataddeyo mwoyo kati, bwe banajjukira kino mu kubonyaabonyezebwa okw'amaanyi, kijja kwerura ekkubo ery'obulokozi.

Abantu abamu bagamba nti bajja kufa ng'abajjulizi balyoke bafune obulokozi okukwakkula bwe kunaabeerawo era ne basigala emabega.

Wabula, bwe baba nga tebasobola kufuna kukkiriza mu biseera bino eby'eddembe, banaasobola batya okukuuma okukkiriza kwabwe wakati mu kubonyaabonyezebwa okubi bwe kutyo? Tetusobola n'akumanya binaatubaako mu ddakiika ekkumi eziddako. Bwe banaafa nga tebannafuna mukisa gwa kufa ng'abajjuzili, awo ggeyeena yeeneeba ebalindiridde yokka.

3. Obujjulizi mu biseera by'okubonyaabonyezebwa okw'amaanyi

Okukuyamba gwe okusobola okutegeera obulungi

okubonyaabonyezebwa okw'amaanyi bwe kunaabeera kikusobozese okusigala nga tosumagidde mu mwoyo obeera ng'okwewala, ka nyongera okunnyonyola n'eky'okulabirako ky'omwoyo ogumu.

Olw'okuba omukazi ono yafuna ekisa kya Katonda ekikulukuta, yasobola okulaba n'okuwulira ebintu eby'ekitiibwa era eby'amaanyi ebya Katonda ebikwekeddwa. Kyokka, omutima gwe gwali gujjudde obubi, era yalina okukkiriza kutono.

N'ekirabo ekyo ekiva eri Katonda, yatuukirizanga obuvunaanyizibwa obw'amaanyi, n'akola nnyo mu kugaziya obwakabaka bwa Katonda, era ng'asanyusa nnyo Katonda olw'ebikolwa bye. Kyangu abantu okulowooza nti, "Abo abantu abalina obuvunaanyizibwa obw'amaanyi mu kanisa bateeka okuba nga basajja era bakazi ba Katonda abajjudde okukkiriza okw'amaanyi!"

Kyokka, kino olumu tekiba kituufu. Okusinziira ku ngeri Katonda gy'alabamu ebintu Bye, waliwo abakkiriza abatabalika nga okukkiriza kwabwe "kw'amaanyi" ddala Katonda tapima kukkiriza kwa mubiri wabula okw'omwoyo.

Katonda ayagala kukkiriza okw'omwoyo

Katwekeneenye mu bufunze "okukkiriza okw'omwoyo" okuyita mu kusumululwa kw'aba Isiraeri okuva mu Misiri. Aba Isiraeri baalaba era baaliwo ng'ebibonoobono ekkumi bigwa ku ba Misiri. Baalaba Ennyanja emyufu nga yeeyawulamu emirundi ebiri Falaawo n'eggye lye ne bagigwaamu. Baalaba okulung'amizibwa kwa Katonda okuyita mu mpagi ey'ebire emisana n'empagi ey'omuliro ekiro. Buli lunaku balyanga maana okuva mu ggulu, era ne bawulira eddoboozi lya Katonda ng'atudde mu bire, era ne balaba okukola Kwe n'omuliro. Baanywa ku mazzi okuva mu jjinja nga Musa amaze okulikubako omuggo, era ne balaba amazzi agakaawa aga Mara nga gafuuka amawoomu. Wadda baalaba entakera emirimu n'obubonero bwa Katonda Omulamu, okukkiriza kwabwe kwali tekusanyusa wadde okukkirizibwa Katonda. N'olwekyo, baali tebasobola kuyingira nsi ensuubize ensi ye kanani (Okubala 20:12).

Ku mukono ogumu, okukkiriza kw'omuntu okutali bikolwa, omuntu ne bwaba amanyi ekigambo kya Katonda okwenkana ki era ng'alabye n'okwefunira ku mirimu Gye n'ebyamagero, okwo si kwe kukkiriza okutuufu. Ku ludda olulala, Bwe tutandika okuba n'okukkiriza okw'omwoyo, tetujja kulekayo kuyiga kigambo kya Katonda; Tujja kufuuka abawulize eri ekigambo, tukomole emitima gyaffe, era twewale buli kika kya kibi. Wadde tulina okukkiriza "kungi" oba "kutono" okukkiriza kusalibwaawo kyenkana ki kye tukoze okugondera ekigambo kya Katonda, ne tukitambuliramu, era ne tufaananya omutima gwa Katonda.

Okudding'ana obujeemu olw'okwemanya

Mu mbeera eno, omukazi yalina okukkiriza kutono. Yagezaako okukomola omutima gwe okumala ekiseera naye nga tasobola kulekerayo ddala bubi. Okwongereza kw'ekyo, olw'okuba yali mu kifo eky'okubuulira ekigambo kya Katonda, gye yakoma okwemanya.

Omukazi ono yalowooza nti yalina okukkiriza okutuufu era

okw'amaanyi. Yatuuka n'okulowooza nti okwagala kwa Katonda tekujja kubeerawo nga taliiwo oba nga tayambyeko. Era, mu kifo ky'ekitiibwa okukiddiza Katonda olw'ebirabo eby'ava-ewa Katonda, yayagala nga okusiimibwa akwetwalire. Era, yakozesanga ebintu bya Katonda bye yali asobola okufuna okutuukiriza okuyaayaana kw'embala ye ey'ekibi.

Yagenda mu maaso n'okudding'ana obujeema. Wadde yamanya nti kwali kwagala kwa Katonda ye okukulembera ebuva njuba, yakulemberanga bugwa njuba. Nga Katonda bwe yava ku Saulo kabaka wa Isiraeri eyasooka olw'obujeemu (1 Samwiiri 15:22-23), wadde abantu baba bamanyidde nnyo ebikozesebwa bya Katonda okutuukiriza n'okugaziya obwakabaka bwa Katonda, obujeemu obudding'ane bujja kuleetera Katonda okubbagyako amaaso Ge.

Olw'okuba omukazi ono yali amanyi ekigambo, yali amanyi bulungi ebibi bye era n'eyeenenyanga. Wabula, okusaba kwe okw'okwenenya kwakomanga ku mimwa, si kuva ku ntobo y'omutima gwe. Yamaliriza azzengamu ebibi bye, bwatyo ng'ayongera okuwanika ekisenge ky'ebibi wakati wa Katonda naye yennyini.

2 Petero 2:22 watugamba, *"Ky'abatuukirira ng'olugero olw'amazima bwe luli, nti Embwa eddidde ebisesemye byayo, n'embizzi enaazibbwa eddidde okwekulukuunya mu bitosi"* Oluvanyuma lw'okwenenya ebibi bye, ng'addamu ebibi bye bimu buli kiseera.

Ku nkomerero, olw'okuba yali awambiddwa okwemanya kwe kwennyini, omululu, n'ebibi bingi, Katonda n'amuggyako amaaso Ge era n'afuuka eky'okulwanyisa kya Setaani

Ggeyeena

okulwanyisa Katonda.

Omukisa ogusembayo ogw'okwenenya bwe gukuweebwa

Okutwaliza awamu, Abo aboogera obubi ku Mwoyo Omutukuvu, ne bawakanya, n'okuvvoola Omwoyo Omutukuvu tebasobola kusonyiyibwa. Baba tebaliddamu kuweebwa mukisa mulala kwenenya, era bajja kusibira mu Ntaana eya Wansi.

Kyokka, waliwo ekintu eky'enjawulo ku mukazi ono. Wadde waaliwo ebibi bingi n'obubi eby'anyiiza Katonda emirundi mingi, Alinayo omukisa gumu gwokka gwamulekeddeyo okwenenya. Kino kiri bwe kityo lwakuba lumu omukazi ono yaliko ekyuma eky'omugaso mu bwakabaka bwa Katonda. Wadde omukazi ono yalekayo obuvunaanyizibwa bwe n'ebisuubizo by'ekitiibwa n'empeera mu ggulu, olw'okuba yasanyusa nnyo Katonda, Amuwaddeyo omukisa gumu, ogusembayo.

Ne kati akyawakanya Katonda, era Omwoyo Omutukuvu mu ye yaggwaamu dda. Naye, okuyita mu kisa kya Katonda eky'enjawulo, omukazi ono alinayo omukisa gumu ogusembayo ogw'okwenenya mu kubonyaabonyezebwa okw'amaanyi okuyita mu kufa ng'omujjulizi.

Ebirowoozo bye bikyawagamidde wansi w'obuyinza bwa Setaani naye oluvanyuma lw'okukwakkula, ajja kuzuukuka. Olw'okuba amanyi ekigambo kya Katonda bulungi nnyo, era amanyi bulungi n'ekkubo erimuli mu maaso. Bwanaakizuula nti engeri yokka ey'okufunamu obulokozi kuyita mu kufa nga mujjulizi, ajja kwenenyeza ddala, yeegatte wamu n'abakristaayo abanaaba basigalidde, nga basinza, n'okutendereza, n'okusaba n'abo nga bwe yeetegekera okufa ng'omujjulizi.

Okufa ng'omujjulizi n'obulokozi obw'obuswavu

Ekiseera bwe kinaatuuka, ajja kugaana okufuna akabonero aka 666 era bwatyo atwalibwe okubonyaabonyezebwa abo abafugibwa Setaani. Batandika okusussaako olususu lwe mubiri ku mubiri. Ne bookya n'ekitundu ekisingayo okwekweka ku mubiri era nga kigonvu nnyo n'omuliro. Bajja kuyiiya engeri y'oku mubonyaabonyaamu nga yeesingayo okuba ey'obulumi n'okulwaawo ennyo. Era ekisenge kitandika okuwunya evvumbe ly'ennyama ey'okyebwa. Omubiri gwe gwonna gujjula omusaayi okuva ku mutwe okutuuka ku kigere, omutwe gwe gutunuziddwa wansi, mu maaso ge mu ddugavu ne bbululu nga gufaanana ng'omulambo.

Bwaba asobola okugumira okubonyaabonyezebwa kuno okutuuka ku nkomerero, wadde ebibi bye eby'edda byali bingi, ajja kufuna waakiri obulokozi obw'ekiswavu era ayingire Olusuku lwa Katonda. Mu lusuku lwa Katonda, nga ze njegoyego z'eggulu era kye kifo ekisembayo okuba ewala ku Namulondo ya Katonda, omukazi ono ajja kulaajana era ayiwe amaziga mangi olw'ebikolwa ebibi bye yakola mu nsi eno. Wabula, ateekwa okuba omusanyufu olw'okulokolebwa. Kyokka nga mu mirembe eginaaddako ajja kuba yejjusa olw'obutatuuka mu Yerusaalemi Empya, ng'agamba, "Kale singa n'alekayo obubi n'entuukiriza obuvunaanyizibwa bwa Katonda n'omutima gwange gwonna, Nandibadde mu kifo ekisinga ekitiibwa mu Yerusaalemi Empya..." Bw'alaba abantu be yali amanyi mu ku nsi kuno nga babeera mu Yerusaalemi Empya,

Ggeyeena ajja kuba awulira nga aswalaswala.

Bw'afuna akabonero ka 666

Bwatagumira kubonyaabonyezebwa era n'afuna akabonero k'ekisodde, ng'Ekyasa tekinnagwa, ajja kusuulibwa mu Ntaana eya Wansi era abonerezebwe nga akomererwa ku musalaba ku ludda olwa ddyo olwa Yuda Isukaliyooti. Ekibonerezo kye mu Ntaana eya Wansi kwe kuddamu okubonyaabonyezebwa nga kwe yafuna mu Kubonyaabonyezebwa okw'Amaanyi. Mu myaka egisoba mu lukumi, olususu lw'omubiri gwe lujja kuba lusaalibwako era n'ayokyebwa n'ekyuma ekyokya.

Omubaka wa ggeyeena n'abo bonna abaakola obubi olw'oku mugoberera bajja kubonyaabonya omukazi ono. N'abo bajja kubonyaabonyezebwa okusinziira ku bikolwa byabwe era nga buli obulumi bwe bubayitirirako ekiruyi bakimalira ku ye.

Babonyaabonyezebwa mu ngeri eno mu Ntaana eya Wansi. Oluvanyuma lw'omusango, emyoyo egyo gijja kugenda mu ggeyeena bookyebwe n'omuliro n'ekirungo kya sulfur, era ng'eyo ebibonerezo ebikakali gye bibalindiridde.

4. Okudda kwa Kristo okw'omulundi ogw'okubiri n'Ekyasa

Nga bwe kyayogeddwako waggulu, Yesu Kristo akomawo mu bbanga era abo abanaatwalibwa bajja kwe yagalira mu mbaga y'obugole ey'emyaka omusanvu Naye, nga Okubonyaabonyezebwa

Obulokozi mu kiseera ky'Okubonyaabonyezebwa Okw'amaanyi

okw'Amaanyi kutwalibwa mu maaso emyoyo emibi egyo egigobeddwa mu bbanga. Olwo, Yesu Kristo akomawo ku nsi n'Ekyasa ne kitandika. Emyoyo emibi gisibibwa mu kinnya ekitaliiko kkomo Abisi mu kiseera kino. Abo abanaabeera ku Mbaga Ey'obugole Ey'emyaka-Omusanvu n'abo abaafa ng'abajjulizi mu kubonyaabonyezebwa okw'Amaanyi bafugira wamu ensi nga bwe bagabana okwagala ne Yesu Krsito okumala emyaka lukumi.

Aweereddwa omukisa, era ye mutukuvu alina omugabo mu kuzuukira okw'olubereberye: okufa okw'okubiri tekulina buyinza ku bo, naye banaabeeranga bakabona ba Katonda era ba Kristo, era banaafugiranga wamu naye emyaka lukumi (Okubikkulirwa 20: 6).

Abantu abatonotono ab'omubiri abaawona Okubonaabona okw'Amaanyi n'abo bajja kubeera ku nsi mu kiseera ky'Ekyasa. Wabula, abo abaafa edda nga tebafunye bulokozi bagenda mu maaso n'okubonerezebwa mu Ntaana eya Wansi.

Obwakabaka Obw'ekyasa

Ekyasa bwe kirituuka, abantu bajja kweyagalira mu bulamu obw'emirembe nga mu biseera by'omu Lusuku Adeni, kubanga tewajja kubeera mwoyo mubi gwonna. Yesu Kristo n'abalokole, abantu ab'omwoyo babeera mu kibuga ekifaanana ng'amaka amakula aga bakabaka nga bawuddwa ku bantu ab'omubiri.

Ggeyeena

Abantu ab'omwoyo babeera mu kibuga munda era abantu ab'omubiri abaawona mu kubonyaabonyezebwa okw'Amaanyi babeera wabweru w'ekibuga.

Nga Ekyasa tekinnaba, Yesu Kristo alongoosa ensi. Alongoosa empewo eyali eyonooneddwa, era n'emiti n'agizaawo, ebimera, ensozi, n'emigga. Ekifo akitonda nga kirungi.

Abantu ab'omubiri bagezaako okuzaala ennyo nga bwe basobola kubanga babeera batono abaasigalawo. Empewo ennungi n'obutabaawo bubi kigyawo endwadde n'obubi. Obutali butuukirivu n'obubi mu mitima gy'abantu ab'omubiri buba tebunnalabika mu kiseera kino kubanga emyoyo emibi gikuumibwa mu kinnya Abiisi egyo egizaala obubi.

Mu biseera ng'ennaku za Nuuwa tezinnabaawo, Abantu baawangaalanga okumala emyaka kikumi. Kale ensi eddamu okujjuzibwa abantu okumala emyaka olukumi. Abantu tebalya nnyama okujjako ebibala byokka kubanga tewannabaawo kusaanyaawo nnyama yonna.

Era, wajja kuyitawo ekiseera kiwanvu nnyo ddala bo okutuuka ku tekinologiya ne sayansi aliwo kati kubanga eyaliwo asinga ajja kuba ayonooneddwa mu ntalo n'okubonyaabonyezebwa okw'amaanyi. Ekiseera bwe kiyitawo, eddaala ly'obugunjufu bwabwe lisobola okutuuka obwa leero amagezi gaabwe bwe gagenda nga geeyongera.

Abantu ab'Omwoyo n'ab'Omubiri babeera wamu

Tekyetaagisa bantu ab'omwoyo ababeera ne Yesu Kristo ku nsi okulya nga abantu b'omubiri bwe balya, kubanga emibiri gy'abantu ab'omwoyo giba gyakyusibwa ne gifuuka emibiri egizuukidde, emibiri egy'omwoyo. Batera kusika akawoowo ka bimuli n'ebiringa ebyo ne bakayingiza munda, naye bwe baagala, basobola okulya emmere y'emu ng'abantu ab'omubiri. Wabula, abantu ab'omwoyo tebawoomerwa nnyo mmere y'ennyini era ne bwe bagirya, tebafuluma ng'abantu ba mubiri bwe bakola. Nga Yesu eyali azuukidde bwe yassa n'afulumya omukka ng'amaze okulya eky'enyanja, emmere abantu ab'omwoyo gye balya evundira mu bbanga okuyita mu ku ssa.

Abantu ab'omwoyo n'abo babuulira era ne baweera Yesu Kristo obujjulizi eri abantu b'omubiri, kibeere nga ku nkomerero y'Ekyasa nga emyoyo emibi giteereddwa okumala ekiseera okuva mu kinnya Abisi, abantu ab'omubiri tebajja kukemebwa. Ekiseera kino olunaku lw'omusango luba terunnaba, olw'okuba Katonda tannasibira ddala olubeerera emyoyo emibi mu kinnya Abisi naye nga kino si kya lubeerera (Okubikkulira 20:3).

Ku nkomerero y'Ekyasa

Ekyasa bwe kiggwa, emyoyo emibi egibadde gisibiddwa mu Abisi okumala emyaka lukumi giteebwaamu ko. Gitandika okukema n'okutwala abantu ab'omubiri abo ababadde babeera mu ddembe. Abantu abasinga ab'omubiri bakemebwa ne batwalibwa wadde abantu ab'omwoyo bangi ababasomesazza okugyewala. Wadde abantu ab'omwoyo babalabudde mu buziba ku bintu ebinajja, abantu b'omubiri era bakemebwa ne batandika okuteesa okulumbagana n'okuggula olutalo ku bantu ab'owmwoyo.

Ggeyeena

Awo, emyaka egyo olukumi bwe giriggwa, Setaani n'alyoka asumululwa mu kkomera lye, era aligenda okulimba amawanga ag'omu nsonda ennya ez'ensi, Googi ne Magoogi, okubakung'anya ku lutalo: omuwendo gwabwe ng'omusanyu gwe nnyanja. Ne balinnya ku bugazi bw'ensi, ne bazingiza olusiisira olw'abatukuvu n'ekibuga ekyagalwa; omuliro ne gukka okuva mu ggulu ne gubookya (Okubikkulirwa 20:7-9).

Wabula, Katonda ajja kuzikiriza n'omuliro abantu ab'omubiri abaggulawo olutalo, era ajja kusuula emyoyo emibi egyo egyali giyimbuddwa okumala akaseera katono agizeemu mu kinnya Abisi oluvanyuma lw'Omusango ogw'oku Namulondo Ennene Enjeru.

Ku nkomerero, abantu ab'omubiri abeeyongera obungi mu kiseera kye kyasa n'abo bajja kusalirwa omusango okusinziira ku bwenkanya bwa Katonda. Ku ludda olumu, abantu bonna abataafuna bulokozi – nga mwe muli n'abo abasimattuka Okubonyaabonyezebwa okw'Amaanyi okwamala Emyaka Musanvu – basuulibwa mu ggeyeena. Ku ludda olulala, abo abafunye obulokozi bajja kuyingira eggulu era, okusinziira ku kukkiriza kwabwe, bajja kubeera mu bifo eby'enjawulo mu ggulu, gamba nga, Yerusaalemi Empya, Olusuku lwa Katonda n'ebirala.

Oluvanyuma lw'Omusango ogw'oku Namulondo Ennene Enjeru, ensi ey'omwoyo ebeera nga eyawuddwa eggulu ne ggeyeena. Ku kino, Nnjakwongera okukinyonyola mu ssuula eddako.

5. Okwetegeka okuba omugole omukazi omulungi ennyo owa Mukama

Okwewala okulekebwa emabega mu biseera by'Okubonyaabonya okw'Amaanyi, olina okwetegeka ng'omugole omukazi omulungi ennyo owa Yesu Kristo era omubuuze mu kudda Kwe okw'omulundi ogw'okubiri.

Matayo 25:1-13 olugero olw'embeerera ekkumi, nga lukola nga eky'okuyiga eri buli akkiriza. Ne bw'oyatula okukkiriza kwo mu Katonda, tojja kusobola kubuuza ku mugole omusajja Yesu Kristo bw'oba totegesa mafuta gamala ag'ettaala yo. Embeerera abataano abaategeka amafuta gaabwe okusobole okukwata mu ngalo z'omugole omusajja era bayingire mu mbaga ey'obugole. Bali abalala abataano tebaategeka mafuta era tebaasobola kuyingira mu mbaga.

Olwo, tuyinza tutya, okwetegeka ng'embeerera ettaano, ne tufuuka abagole ba Mukama, era ne twewala okugwa mu kubonyaabonyezebwa Okw'amaanyi wabula ne tubeera ku mbaga ey'obugle?

Ssaba n'amaanyi go gonna era oleme kusumagira

Ne bw'oba mukkiriza muppya era ng'olina okukkiriza okunafu, kasita okola buli kisoboka okukomola omutima gwo, Katonda ajja ku kukuuma ne wakati mu bigezo eby'omuliro. Embeera ne bwe ziba nzibu zitya, Katonda ajja kukuzingira mu bulangiti y'obulamu era akuwanguze ekigezo kyonna mu bwangu.

Ggeyeena

Wabula, Katonda tasobola kukuuma n'abo abaludde nga bakkiriza okumala ebbanga eddene, era nga batuukiriza obuvunaanyizibwa obutuweebwa – Katonda, era nga bamanyi ekigambo kya Katonda ekiwera, singa balekeraawo okusaba, ne balekeraawo okwegomba okwetukuza, era ne balekerawo okukomola emitima gyabwe.

Bw'osisinkana ebizibu, olina okuba ng'osobola okwawulawo eddoboozi ly'Omwoyo Omutukuvu okusobola okubiwangula. Kyokka, bw'otasaba, onoowuliriza otya eddoboozi ly'Omwoyo Omutukuvu era osobola otya okutambulira mu bulamu obw'obuwanguzi? Bw'oba tonnajjuzibwa bulungi Mwoyo Mutukuvu, obeera oyongera okwesigama ku birowoozo byo nga gwe era n'obeera ng'ogwa buli ssaawa, ng'okemebwa Setaani.

Era, kati nga tusemberera enkomerero y'emirembe, emyoyo emibi gitambulatambula nga ginoonya nga empologoma enjala enoonya gw'enaalya kubanga gikimanyi nti enkomerero yaagyo eri kumpi. Tutera nnyo okulaba omuyizi azanyira mu misomo nga agezaako okukwata buli kimu n'okwebaka nga teyeebaka ebibuuzo bwe biba binaatera. Mu ngeri y'emu, bw'oba ng'oli mukkiriza akimanyi nti tuli mu biro eby'oluvanyuma, olina okusigala nga tosumagira era weetegeke ng'omugole omulungi owa Mukama.

Ssuula eri obubi osobole okufaanana Mukama

Bantu ba kika ki abeekuuma nga tebasumagidde? Basaba bulijjo, babeera bajjudde Omwoyo Omutukuvu, bakkiririza mu kigambo kya Katonda, era nga batambulira mu kigambo Kye.

Obulokozi mu kiseera ky'Okubonyaabonyezebwa Okw'amaanyi

Bw'obeera obulindaala buli ssaawa, ojja kuba ng'owuliziganya ne Katonda buli ssaawa, kale obeera tosobola kukemebwa myoyo mibi. Okwongereza kw'ekyo, obeera osobola okuwangula ekigezo kyonna kubanga Omwoyo Omutukuvu akubuulirako ebyo ebinaatera okubaawo, akukulemberamu eng'endo zo, era akusobozesa okutegeera ekigambo ky'amazima.

Kyokka, abo abasumagira tebasobola kuwulira ddoboozi ly'Omwoyo Omutukuvu kale kiba kyangu Setaani okubakema, era ne bagenda eri ekkubo ly'okufa. Okubeera nga tosumagidde kwe kukomola omutima gwo, weeyise era otambulire mu kigambo kya Katonda, era ofuuke omulongoofu.

Okubikkulirwa 22:14 watugamba nti *"Baweereddwa omukisa abayoza ebyambalo byabwe, balyoke babeera n'obuyinza ku muti ogw'obulamu era balyoke bayingire mu bibuga nga bayita mu miryango."* Mu kyawandiikibwa kino, "ebyambalo" baba boogera ku byambalo ebitongole. Mu by'omwoyo, "ebyambalo" kitegeeza omutima gwo n'eneeyisaayo. "Abayoza ebyambalo byabwe" kiyimirirawo okutegeeza okweggyako ebibi byonna n'okugoberera ekigambo kya Katonda okufuuka ow'omwoyo era oyongera okufuuka nga Yesu Kristo. Abo abatukuziddwa mu ngeri eno bafuna obuyinza obw'okuyingira mu miryango gye ggulu n'okweyagalira mu bulamu obutaggwaawo.

Abantu abayoza ebyambalo byabwe

Tuyinza tutya okwoza obulungi ennyo ebyambalo byaffe? Olina okusooka okukomola omutima gwo n'ekigambo

Ggeyeena

eky'amazima n'okusaba okw'amaanyi. Kwe kugamba, olina okusuula eri buli kika ky'agatali mazima n'obubi okuva mu mutima gwo ogujjuze n'amazima gokka. Nga bw'oyoza ettaka oba enziro ku lugoye lwo mu mazzi amayonjo, olina okwoza ebibi ebidugala, obujeemu, n'obubi mu mutima gwo n'ekigambo kya Katonda, amazzi ag'obulamu, era oyambale engoye ez'amazima era ofaanana omutima gwa Yesu Kristo. Katonda ajja kuwa omukisa omuntu yenna alaze okukkiriza mu bikolwa era n'akomola n'omutima gwe.

Okubikkulirwa 3:5 watugamba, *"Bw'atyo awangula aly'ambazibwa engoye enjeru; so sirisangula n'akatono linnya lye mu kitabo ky'obulamu, era ndyatula erinnya lye mu maaso ga Kitange, ne mu maaso ga bamalayika be."* Abantu abawangula ensi mu kukkiriza era ne batambulira mu mazima bajja kweyagalira mu bulamu obutaggwaayo mu ggulu kubanga balina omutima ogw'amazima era tewali bubi buyinza kusangibwa mu bo.

Kyokka, abantu abatambulira mu kizikiza tebalina kye Bamwagaza ne bwe baba baaliko Abakristaayo okumala ebbanga, kubanga ddala bajja kuba n'erinnya nti balamu naye nga bafu (Okubikkulirwa 3:1). N'olwekyo, bulijjo tteeka essuubi lyo mu Katonda yekka oyo atatunuulira ndabika yaffe wabula Akebera mitima n'ebikolwa. Era, bulijjo ssaba era ogondere ekigambo kya Katonda osobole okutuuka mu bulokozi obutuukiridde.

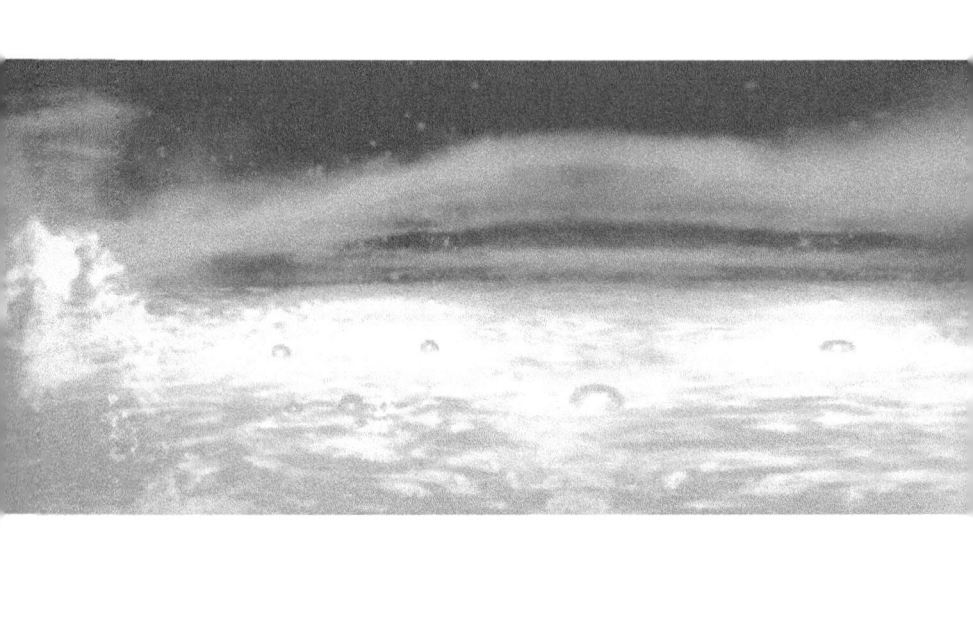

Essuula 8

Ebibonerezo mu Ggeyeena oluvanyuma lw'omusango

1. Emyoyo egitalokoleddwa gisuulibwa mu Ggeyeena oluvanyuma lw'omusango
2. Ennyanja ey'omuliro n'ey'ekirungo kya Sulfur ey'esera
3. Abamu Basigala mu Ntaana eya Wansi wadde ng'okusala Omusango Okw'amaanyi kuwedde
4. Emyoyo Emibi gijja kusibibwa mu Kinnya Abiisi
5. Dayimooni zo zinaasibira wa?

"*[Mu ggeyeena] envuyu yaabwe gye tefiira,
so n'omuliro teguzikira.
Kubanga buli muntu alirungibwamu omuliro.*"
- Makko 9:48-49 -

"*N'omulyolyomi eyabalimbanga n'asuulibwa
mu nnyanja ey'omuliro n'ekibiriiti,
era omuli ensolo ne nnabbi ow'obulimba;era
banaabonyaabonyezebwanga emisana
n'ekiro emirembe n'emirembe.*"
- Okubikkulirwa 20:10 -

Ebibonerezo mu Ggeyeena oluvanyuma lw'omusango

Ng'okudda kwa Kristo okw'omulundi ogw'okubiri mu bbanga kuwedde, kuddako Ekyasa ekitandikira ku nsi kuno era oluvanyuma lw'akyo n'oluvanyuma lw'omusango ogw'oku Namulondo Ennenne Enjeru kuddako. Omusango – nga gwe gujja okusalawo ggulu oba ggeyeena, n'empeera oba ebibonerezo – nga buli omu ajja kusalirwa okusinziira ku kye yakola mu bulamu bw'oku nsi. N'olwekyo, abamu bajja kweyagalira mu ssanyu ery'olubeerera mu ggulu ate abalala babonerezebwe olubeerera mu ggeyeena. Katwongera okusoggola Omusango ogw'oku Namulondo Ennene Enjeru, ng'okuyita mu gwo eggulu oba ggeyeena mwe birisalibwaawo, ne ggeyeena kifo kya kika ki?

1. Emyoyo egitalokoleddwa gisuulibwa mu Ggeyeena oluvanyuma lw'omusango

Mu mwezi ogw'omusanvu ogwa 1982, bwe nnali nga nsabira okutandika kw'obuweereza bwange, n'ategeera omusango gw'oku Namulondo Ennene Enjeru mu bujjuvu. Katonda yandaga ng'atudde ku Namulondo Ye, Mukama Yesu Kristo ne Musa nga bayimiridde mu maaso ga Namulondo, era abo abaali bakola nga bannamateeka. Wadde Katonda alamulira omuntu omusango awatali kukola nsobi yonna n'obwenkanya nga tasobola kugeraageranyizibwa na mulamuzi mulala yenna mu nsi muno, ajja kukola okusalawo kwe ne Yesu Kristo, nga omulamuzi omukulu n'okwagala, Musa omulambuluzi w'amateeka, n'abantu nga beebabawuliriza.

217

Ggeyeena

Ebibonerezo bya ggeyeena bisalibwaawo ku lunaku olw'omusango

Okubikkulirwa 20:11-15 watugamba nga Katonda bw'alamula n'obwenkanya nga tasuddemu kintu kyonna. Omusango gusinziira mu Kitabo ky'Obulamu omwo amannya gabaalokolebwa mwe gawandiikibwa na buli kikolwa kya muntu mwe kiwandiikibwa.

Ne ndaba entebe ey'obwakabaka ennene enjeru, n'oyo eyali agituddeko, eggulu n'ensi ne bidduka mu maaaso ge; era tebyazuulirwa na kifo. Ne ndaba abafu, abakulu n'abato, nga bayimiridde mu maaso g'entebe; ebitabo ne bibikkulwa; n'ekitabo ekirala ne kibikkulwa, kye ky'obulamu: abafa ne basalirwa omusango mu ebyo ebyawandiikibwa mu bitabo ng'ebikolwa bya bwe bwe byali. N'ennyanja n'ereeta abafu abalimu, n'okufa n'Amagombe ne bireeta abafu abalimu ne basalirwa omusango buli muntu ng'ebikolwa byabwe bwe byali. N'okufa n'Amagombe ne bisuulibwa mu nnyanja ey'omuliro. Eyo kwe kufa okw'okubiri, ennyanja ey'omuliro. Era omuntu yenna ataalabika ng'awandiikiddwa mu kitabo eky'obulamu, n'asuulibwa mu nnyanja ey'omuliro.

"Abafu" wano boogera ku bantu abo bonna abatakkiriza Kristo ng'omulokozi waabwe oba nga balina okukkiriza okufudde. Ekiseera Katonda kyalisalawo bwe kirituuka, "abafu" bajja kuzuukira bayimirire mu maaso ga Namulondo ya Katonda okulamulibwa. Ekitabo ky'Obulamu kibikkulibwa mu maaso ga Namulondo ya Katonda.

Ng'ogyeeko Ekitabo ky'Obulamu, ng'omwo amannya gonna ag'abo abaalokolebwa mwe gaawandiikibwa, waliwo n'ebitabo ebirala omwandiikibwa buli kikolwa ky'abafu. Bamalayika bawandiika buli kimu kye tukola, kye twogera, ne kyetulowooza, gamba nga okukolimira abalala, okukuba omuntu, okukolera mu bukambwe, okukola obulungi, n'ebiringa ebyo. Nga bw'okuuma obubaka kw'ebyo ebyabaawo n'emboozi eyabaawo okumala ekiseera kiwanvu ng'okozesa kamera ekwata ebifaananyi oba ku butambi obwabuli kika, Katonda Omuyinza wa byonna naye atereka buli kimu ekyabaawo mu bulamu bw'omuntu ku nsi kuno.

N'olwekyo, Katonda ajja kulamula mu bwenkanya ku lunaku olw'omusango okusinziira ku byawandiikibwa mu bitabo bino. Abo abataalokolebwa bajja kusalirwa omusango okusinziira ku bikolwa byabwe ebibi, era bajja kufuna ebibonerezo eby'enjawulo okusinziira ku bunene bw'ebizibu byabwe, olubeerera mu ggeyeena.

Ennyanja ey'omuliro n'eyekirungo kya sulfur ekyesera

Akatundu nti "N'ennyanja n'ereeta abafu abalimu" tekitegeeza nti ennyanja yaleeta abo abaali baagigwamu. "Ennyanja" mu by'omwoyo wano eba etegeeza ensi. Kitegeeza abo ababeeranga mu nsi ne badda mu nfuufu bajja kuzuukira okusobola okulamulwa mu maaso ga Katonda.

Ggeyeena

Olwo ate, byo ebigambo "okufa n'Amagombe ne bireeta abafu abalimu" bitegeeza ki? Bitegeeza, abo ababonaabonedde mu Ntaana eya Wansi, nga boogerwako nga Amagombe, n'abo bajja kuzuukira bayimirire mu maaso ga Katonda okulamulwa. Nga bamaze okulamulwa Katonda, abasinga kw'abo ababonaabonedde mu Ntaana eya Wansi bajja kusuulibwa mu nnyanja ey'omuliro oba mu nnyanja ey'ekirungo kya sulfur ekyesera okusinziira ku bunene bw'ebibi byabwe kubanga, nga bwe kyayogeddwako waggulu, nti ebibonerezo eby'omu Ntaana eya Wansi biweebwa abantu okutuuka ku lunaku olw'omusango ogw'oku Namulondo Ennene Enjeru.

Naye abati, n'abatakkiriza, n'abagwagwa, n'abassi, n'abenzi, n'abalogo, n'abasinza ebifaananyi, n'abalimba bonna, omugabo gwabwe gulibeera mu nnyanja eyaka n'omuliro n'ekibiriiti; kwe kufa okw'okubiri (Okubikkulirwa 21:8).

Ebibonerezo mu nnyanja ey'omuliro tebisobola kugeraageranyizibwa n'ebyo eby'omu Ntaana eya Wansi. binyonyolwa mu Makko 9:47-49, *"N'eriiso lyo bwe likwesittazanga oliggyangamu, waakiri ggwe okuyingira mu bwakabaka bwa Katonda ng'oli wa ttulu, okusinga okusuulibwa mu Ggeyeena, ng'olina amaaso gombi; envunyu yaabwe gye tefiira, so n'omuliro teguzikira. Kubanga buli muntu alirungibwamu omuliro."* Era, ennyanja y'ekirungo kya sulfur ekyesera ekubisaamu emirundi musanvu okwokya okusinga ku nnyanja ey'omuliro.

Ebibonerezo mu Ggeyeena oluvanyuma lw'omusango

Okutuusa ku lunaku olw'omusango, abantu bayuzibwa agawuka n'agasodde, nga babonyaabonyezebwa omubaka wa ggeyeena, oba okubonyaabonyezebwa ebibonerezo eby'enjawulo mu Ntaana eya Wansi nga kikola nga ekifo awalindirwa ekikutwala mu ggeyeena. Oluvanyuma lw'olunaku olw'omusango, obulumi bw'ennyanja ey'omuliro n'ennyanja ey'ekirungo kya sulfur bwe bwokka obusigala.

Ennaku mu nnyanja ey'omuliro oba mu nnyanja ey'ekirungo kya sulfur

Bwe nnabuulira obubaka ku kifo kino ekyennyamiza ekye Ntaana eya Wansi, bangi ku ba memba b'ekanisa yange beesanga nga tebasobola kusiba maziga oba okukaabira n'okulajanira abo abali mu kifo ekyo ekibi ennyo. Wabula, okubonaabona olw'ebibonerezo eby'omu nnyanja ey'omuliro oba mu kirungo kya sulfur ekyesera bisingako ebibonerezo by'omu ntaana eya Wansi. Osobola okukubisaamu obunene bw'okubonyaabonyezebwa obunaabaayo wadde akatono bwe kati? Wabula ne bwe tugezaako, tulina ekkomo, eri baganda baffe abakyali mu mubiri, okutegeera ebintu eby'omwoyo.

Mu ngeri y'emu, tuyinza tutya okutegeera ekitiibwa n'obulungi bwe ggulu nga gye bikoma? Ekigambo "olubeerera" nakyo kye nnyini si kye kigambo kye tumanyidde kye tuwalirizibwa okutegeera. Ne bwe tugezaako okukubisaamu obulamu mu ggulu obwesigamiziddwa ku "ssanyu," "okusanyuka," "okujaguza," "obulungi," n'ebiringa ebyo, tebusobola kugeraageranyizibwa n'obulamu obwa ddala bwe tujja okubeeramu olunaku lumu mu

Ggeyeena

ggulu. Bw'ogenda mu ggulu, n'olaba buli kimu n'amaaso go, n'olaba ebibaayo, ojja kwasaamirira ebigambo bikuggweko. Mu ngeri y'emu, okujjako nga tuyise mu kubonyaabonyezebwa kwa ggeyeena, tetusobola kutegeera mu bujjuvu bunene bwa kubonaabona obussuka ku nsi eno.

Abo abagwa mu nnyanja ey'omuliro n'eyekirungo kya sulfur eky'esera

Wadde nja kugezaako nga bwe nsobola, nkwegayiridde olina okukimanya nti ggeyeena si kye kifo ekiyinza okunnyonyolwa obulungi ennyo n'ebigambo eby'ensi eno, era ne bwe ngezaako okunyonyola nga bwe nsobola, okunyonyola kwange kutwala akatundu kamu ku kakadde kalamba ku ntiisa eri ddala mu ggeyaana. Era, bwe gijjukira nti okubonyaabonyezebwa tekuliiko kkomo wabula kujja kuba kwa lubeerera, emyoyo egyasingisibwa emisango gyongera kubonaabona.

Oluvanyuma lw'omusango ogw'oku Namulondo Ennene Enjeru, abo abaafuna ebibonerezo by'oku mutendera ogusooka n'ogw'okubiri mu Ntaana eya Wansi bajja kusuulibwa mu nnyanja ey'omuliro. Abo abaafuna ebibonerezo by'okumutendera ogw'okusatu n'ogw'okuna bajja kusuulibwa mu nnyanja ey'ekirungo kya sulfur eky'esera. Emyoyo egiri olwaleero mu Ntaana eya Wansi gimanyi nti Omusango gukyaliyo, era bamanyi bulungi ekinaabaawo oluvanyuma lw'omusango. Ne bwe baba nga baliibwa agawuka n'ababaka ba ggeyeena, emyoyo gino gisobola okulengerera ewala ennyanja ey'omuliro n'ekirungo kya sulfur mu ggeyeena era gikimanyi bulungi nti gijja kubonyaabonyezebwaayo.

N'olwekyo, emyoyo mu Ntaana eya Wansi tegikoma kubonaabona na bulumi bwe bayitamu kati, wabula n'obw'ebirowoozo nga batya ebintu ebinaaddirira oluvanyuma lw'omusango.

Okulaajana kw'omwoyo mu Ntaana eya Wansi

Bwe nnali nsabira okubikkulirwa ku ggeyena, okuyita mu Mwoyo Omutukuvu Katonda yang'anya okuwulira okukaaba n'okulaajana kw'omwoyo ogw'omu Ntaana eya Wansi. Bwe mpandiika buli kigambo eky'okulaajana, gezaako okuwulirako ku kutya n'obulumi omwoyo ogwo bye gulimu.

Eno ebeera etya enkula ey'omuntu?
Bw'enti ssi bwe nnali nga nkyali mulamu ku nsi.
Endabika yange wano etiisa tekkirizika!

Mu bulumi buno obutaggwaayo,
nyinza ntya okuteebwa?
Nkole ki okudduka mu mbeere eno?
Nsobola okufa? Nnyinza kukola ntya?
Nnyinza okufuna okuwummulamu, ne bwe kuba kutono kutya
Wakati mu bibonerezo bino eby'olubeerera
Waliwo engeri y'okusalako ku bulamu buno obubi bwe buti okuva mu bulumi buno obutagambika?

Nnumya omubiri gwange nsobole okwetta naye tekisoboka.

Ggeyeena

Teri kkomo…teri wadde ekkomo…
Teri kkomo ku kubonyaabonyezebwa kwe mmeeme yanga.
Teri kkomo ku bulamu bwange obw'okuguma.
Kino nnyinza ku kinyonyola ntya n'ebigambo?
Essawa yonna nsuulibwa
nsuulibwa mu nnyanja ennene empanvu ey'omuliro.
Ekyo n'akigumira ntya?

Okubonyaabonyezebwa wano tekugumiikirizika!
Kyokka omuliro ogw'omunyanja gwa ntiisa nnyo
gutiisa nnyo, muwanvu nnyo kyokka gw'okya nnyo.
Nyinza ntya okugugumira?
Nnyinza ntya okugudduka?
Nnyinza ntya okudduka ku kubonyaabonyezebwa kuno?

Kale singa mbadde nsobola okuba omulamu…
Kale singa wabaddewo engeri gye nnyinza okuba omulamu
Kale singa mbadde nsobola okusumululwa…
Nandinoonyeza bwe mpona,
naye sisobola kulabawo.

Wajjudde kizikiza, nnaku, na bulumi,
Wajjuddewo bimalamu maanyi ne mbeera enzibu gyendi.
Nnyinza kugumira okubonyaabonyezebwa kuno?
Kale singa abadde asobola okugulawo ekkubo ery'obulamu
Kale singa nsobola okubaaka wenzirukira…

Nkwegayidde mponya. ndokola.

Entiisa nnyingi nnyo era bizibu nnyo okugumira.
Nkwagayiridde ntaasa. Ndokola bambi.
Ennaku ze n'akabeera eno zibadde zijjude bulumi bwereere.
N'agenda ntya mu nnyanja eyo ey'omuliro?
Nkwegayiridde ndokola!
Nkwegayidde ntunuulira!
Nkwagayiridde Ntaasa!
Nkwegayiridde nkwatirwa ekisa!
Nkwegayiridde ndokola!
Nkwegayiridde mponya!

Kasita osuulibwa mu Ntaana eya Wansi bw'oti

Oluvanyuma lw'enkomerero y'obulamu ku nsi, tewali n'omu afuna "mukisa mulala." Okusitula obuzito bw'ebikolwa byo kwe kuba kukulindiridde kwokka.

Abantu bwe bawulira okubeerayo kw'eggulu ne ggeyeena, abamu bagamba, "Nja kumanya ng'amaze okufa." Wabula, bw'omala okufa, kiba kiyise. Kubanga ebeera teri kudda kasita omala okufa, kino mazima ddala olina okukimanyirawo nga tonnafa.

Kasita osuulibwa mu Ntaana eya Wansi, ne bwe wejjusa otya, oba okwenenya, oba okwegayirira Katonda, tosobola kwewala bibonerezo eby'ennaku era ebibi ennyo. Teri ssuubi lya biseera byo bya mu maaso okujjako mpozzi okubonyaabonyezebwa okutakoma n'obulumi.

Omwoyo ogulaajana nga gwe tulabye waggulu gukimanyi bulungi nti teri ngeri yonna wadde obusobozi bw'obulokozi.

Ggeyeena

Wabula wadde guli gutyo, omwoyo gulaajanira Katonda "nti tomanya." Omwoyo gusaba gusaasirwe era gulokolebwa. Okukaaba kw'omwoyo guno kufuukamu amafumu, n'okulaajana kuno kwetooloola bwetooloozi mu bbanga lya ggeyeena ne kubulira omwo. Era tewaba kuddibwamu.

Wabula, okwenenya kw'abantu mu Ntaana eya Wansi tekuba kw'amazima era nga si kutuufu wadde nga babeera bakwasa ennaku ng'abeenenye. Anti obubi mu mitima gyabwe buba bukyalimu era bakimanyi nti ne bwe bakaaba tekibagasa, emyoyo gino gyongera okuzaala obubi mugyo ne gikolimira Katonda. Kino kitulagira ddala lwaki emyoyo gino gyali tegisobola kuyingira ggulu ne mu ntandikwa.

2. Ennyanja ey'omuliro n'ey'ekirungo kya Sulfur ey'esera

Mu ntaana eya Wansi, emyoyo waakiri gisobola okwegayirira, okuzzaayo ekigambo, n'okulaajana, nga gy'ebuuza, "Lwaki ndi wano?" Era gitya n'ennyanja ey'omuliro ne girowooza ku ngeri y'okudukamu ekibabu nga bwe girowooza, 'Kati, nnyinza ntya okudduka ku mubaka wa ggeyeena oyo?'

Wabula kasita basuulibwa mu nnyanja ey'omuliro, tebasobola kulowooza ku kintu kyonna olw'obulumi obungi ennyo ate obutakoma. Ebibonerezo mu Ntaana eya Wansi byali bitonoko, bw'obigeraageranya n'ebyo eby'omu nnyanja ey'omuliro. Obulumi obuli ku bibonerezo by'omu nnyanja ey'omuliro bunene nnyo nnyo. Bunene nnyo nti tebusobola kutegeerebwa oba okunyonyolekeka n'obusobozi bwaffe obuliko ekkomo. Tteeka omunnyo ku sefuliya ebabiridde bw'oba oyagala okubaako ekitono ennyo ky'otegeera ku bulumi buno. Ojja kulaba omunnyo nga gubuuka ku sefuliya, era kino kifaanana ekibaawo mu nnyanja ey'omuliro: emyoyo gye gibanga omunnyo ogubuuka ku sefuliya.

Era, kubisaamu akafaananyi ng'oli mu kiddiba omuwugirwa, ng'amazzi g'amu g'eserera ku kikumi. Ennyanja ey'omuliro togigeeraganya n'amazzi g'esera mu kwokya, kyokka nga yo ennyanja ey'ekirungo kya sulfur ey'esera ekubisa mu nnyanja ey'omuliro emirundi musanvu mu kwokya. Kasita osuulibwamu, tewali ngeri gy'oddukamu era ojja kubonaabona olubeerera. Ebibonerezo ku mutendera ogusooka, ogw'okubiri, ogw'okusatu, n'ogw'okuna mu Ntaana eya wansi byangu okugumira.

Olwo lwaki Katonda, abaleka ne babonaabonera mu Ntaana eya Wansi okumala emyaka lukumi nga tannabasuula mu nnyanja ey'omuliro oba mu nnyanja y'ekirungo kya sulfur? Abantu abataalokolebwa, Katonda abeera ayagala balowoozeemu ensonga ez'abasuuza mu kifo ekibi bwe kityo nga ggeyeena. Basobole okwenenyeza ddala ebibi byabwe bye baakola. Wabula, kizibu okusangayo abantu abeenenya, waakira bongera kuzaala obubi mu bo n'okusingawo. Kati tumanyi lwaki Katonda ddala yakola ggeyeena.

Okulungibwamu omuliro mu nnyanja ey'omuliro

Bwe nnali nsaba mu mwaka gwa 1982, Katonda yandaga

Ggeyeena

ekifaananyi mu musango ogw'oku Namulondo Ennene Enjeru, ne mu bufunze ennyanja ey'omuliro n'ennyanja ey'ekirungo kya sulfur eky'esera. Ennyanja zino ebbiri zaali nnene nnyo. Nga bw'ozirengerera ewala, ennyanja ebiri n'emyoyo egirimu byalabikanga ng'abantu abali mu nsulo z'amazzi ag'esera. Abamu amazzi gaali gabakoma mu bifuba, ng'abalala gabakoma mu nsingo, nga mitwe gyokka gye gisigadde ku ngulu.

Mu makko 9:48-49, Yesu yayogera ku ggeyeena ng'ekifo *"Envunyu yaabwe gye tefiira, so n'omuliro teguzikira. Kubanga buli muntu alirungibwamu omuliro."* Oyinza okwewunya obulumi obubeera mu kifo ng'ekyo? Emyoyo gino buli lwe gigezaako okudduka, kye bayinza okukola kwe kubuuka mu bbanga nga omunnyo ku sefuliya era ne baluma amannyo gaabwe.

Olumu abantu mu nsi eno babuukabuuka bwe baba bazanya oba bwe baba bazina ekiro kyonna mu ndongo. Bwe wayitawo ekiseera, bakoowa ne bawummulamu bwe baba baagala. Mu ggeyeena, wabula, gwo omwoyo gubuuka si lwa kwagala wabula olw'obulumi obuyitiridde, era tebasobola na kuwummula ne bwe baba baagala okuwummula. Baleekanira waggulu mu bulumi n'omutwe ne gutuuka okubaluma, amaaso gabamyuka nga kamulali. Era, obwongo bwabwe bwatika ne buyiika ebweru.

Ne bwe bagezaako batya nga bwe basobola, emyoyo tegisobola kuvaamu. Bagezaako okwesindika n'okwerinnyako naye tewali kye kiyamba. Buli wamu wonna mu nnyanja ey'omuliro, nga bw'obeera oludda tolaba gy'ekoma, wookya kye kimu, era okwokya mu nnyanja tekukendeera ekiseera ne bwe kiyitawo. Okutuuka ku lunaku lw'omusango ogw'oku

Namulondo Ennene Enjeru, Entaana eya Wansi ebadde efugibwa Lusifa, era ebibonerezo byonna bibadde bisalibwaawo amaanyi n'obuyinza bwa Lusifa.

Wabula oluvanyuma lw'omusango, ebibonerezo bijja kugabibwa Katonda era nga bituukirizibwa okusinziira ku kigendererwa Kye n'amaanyi. N'olwekyo, okwokya kwe nnyanja yonna ey'omuliro kusobola okusigala kye kimu.

Omuliro guno gujja kubonyaabonya emyoyo naye tegujja ku gitta. Nga ebitundu by'omubiri ogw'omwoyo mu Ntaana eya Wansi bwe byezaawo bwe biba bimaze okusalibwaako oba okuyuzibwa ne bifuuka obulele, emibiri gy'emyoyo mu ggeyeena gye zzaawo mangu bwe giba gy'okyeddwa.

Omubiri gwonna n'ebigulimu byonna biggya

Emyoyo gy'omu nnyanja ey'omuliro gibonerezebwa gitya? Wali olabye ekifaananyi mu butabo obusesa, oba firimu z'ebifaananyi ebikolere ku kompyuta, oba bu katuuni ku ndabira wala, nga mulimu omuntu akubiddwa amasanyalaze amangi? Kasita agwa mu masanyalaze, omubiri gwe gusigaza magumba gokka nga kuliko akabubi akaddugavu ak'etoolodde omubiri gwe. Bwagiba mu masanyalaze, omubiri guba ng'oguteredde. Oba, ekifaananyi kya ekisire eraga ebitundu by'omuntu eby'omunda.

Mu ngeri y'emu, emyoyo mu nnyanja ey'omuliro girabibwa n'emibiri gyagyo mu ddakiika emu. Mu ddakiika endala, emibiri giba tegikyarabika nga myoyo gyagyo gyokka gye girabika. Embeera eno y'edding'ana. Mu muliro guno ogubabula nga ttabu, emibiri gy'emyoyo gyokyebwa gyonna mu ddakiika emu era ne givaako gyonna, ate mu ddakiika endala omubiri guba gwezizzaawo.

Mu nsi eno, bw'oggya ennyo, oyinza obutasobola kugumira bulumi bwa kubabirirwa mubiri gwonna era n'ogwa eddalu. Tewali n'omu ayinza kutegeera bulumi buno bwe nnyini okujjako ng'akiyiseemu. Oyinza obutasobola kugumira bulumi n'emikono gyo gyokka ne bwe giba nga gye giyidde.

Okutwaliza awamu, okubabirwa kw'omuliro tekugenderawo wabula wayitawo ennaku ng'okyababirirwa. Omuliro guyingira mu buli kitundu ky'omubiri, era ne gukosa obutafaali bw'omubiri, olumu gutuuka ne ku mutima. Olwo, obulumi buneenkana ki omubiri gwo gwonna n'ebitundu eby'omunda nga byokyeddwa, kyokka ne biddawo ate era ne biddamu n'ebisirizibwa?

Emyoyo mu nnyanja ey'omuliro tegisobola kugugumira naye tegisobola kuzirika wadde okufa, oba okuwummulamu wadde akadakiika.

Ennyanja ey'ekirungo kya sulfur

Ennyanja ey'omuliro kye kifo eky'okubonerezaamu abo abaakola ebibi abitali binene nnyo era nga baali wansi w'ebibonerezo eby'okumutendera ogusooka n'ogw'okubiri mu Ntaana eya Wansi. Abo abaakola ebibi ebineneko era nga baali wansi w'ebibonerezo eby'okumutendera ogw'okusatu n'ogw'okuna mu Ntaana eya Wansi bajja kusuulibwa mu nnyanja ey'ekirungo kya sulfur eky'esera, ng'eno ekubisaamu emirundi musanvu mu Nyanja ey'omuliro okwokya. Nga bwe kyayogeddwako waggulu, Ennyanja ey'ekirungo kya sulfur eky'esera etegekeddwa abantu ab'ekika kino: Abo abaayogera obubi ku Mwoyo Omutukuvu, ab'amuwakanya, n'okumuvvoola; abo abaddamu okukomerera Yesu Kristo; abo abaamulyaamu olukwe; abo abaagenda mu maaso n'okwonoona nga bakitegedde; abaasinza ennyo ebifaananyi; abo abaasirizibwa emitima; abo bonna abawakanya Katonda n'ebikolwa ebibi; bannabbi ab'obulimba n'abasomesa eby'obulimba.

Ennyanja yonna ey'omuliro ejjudde omuliro ogubengeya "omumyufu." Ennyanja y'ekirungo kya sulfur eky'esera ejjudde omuliro ogwa "kyenvu" okusinga "omumyufu" era ebeera etokota nga awamu watokoto nnyo ddala. Emyoyo mu nnyanja eno gyo emibiri gyabwe bagibulizaamu mu kirungo kya sulfur eky'esera.

Obulumi okubayitirirako

Oyinza otya okunyonyola obulumi obuli mu nnyanja ey'ekirungo kya sulfur eky'esera eyo ekubisaamu emirundi omusanvu mu kwokya bw'ogigeraageranya ne nnyanja ey'omuliro kyokka nga nayo obulumi bwayo tebwogerekeka?

Kangezeeko okunnyonyola ng'ankozesa ebintu by'oku nsi kuno. Singa omuntu abeera nga waakunywa amazzi agafumbiddwa ekyuma ekyokyeddwa mu kifo webisaanuusibwa, obulumi obwo buyinza kwenkana ki? Ebitundu bye eby'omunda bijja kuggya nnyo singa omuliro ogusobola okusaanuusa ekyuma gumuyingira mu lubuto okuyita mu mumiro.

Mu nnyanja ey'omuliro, emyoyo waakiri gisobola okubuuka

Ggeyeena

oba ne gireekaana olw'obulumi. Wabula mu nnyanja ey'ekirungo kya sulfur eky'esera, emyoyo tegiyinza wadde okulaajana oba okulowooza wabula gibeera ginnyikiddwa mu bulumi. Obunene bw'okubonerezebwa ne nnaku eby'okugumira mu nnyanja ey'ekirungo kya sulfur tebusobola kunyonyolwa na bubonero bwonna wadde ebigambo. Kyokka, emyoyo girina okubonaabona olubeerera. Olwo, obulumi buno buyinza butya okunyonyolwa n'ebigambo?

3. Abamu Basigala mu Ntaana eya Wansi wadde ng'okusala Omusango Okw'amaanyi kuwedde

Abantu abaalokolebwa mu biseera bye Ndagaano Enkadde baabeeranga mu Ntaana eya Waggulu okutuusa Yesu Kristo lwe yazuukira, era oluvanyuma lw'okuzuukira Kwe, baayingira Olusuku lwa Katonda era bajja kulindira mu Kifo Awalindirwa mu Lusuku lwa Katonda okutuusa Okudda Kwe okw'omulundi ogw'okubiri mu bbanga lwe kulibeerawo. Ku ludda olumu, abantu abaalokolebwa mu biseera bye Ndagaano Enkadde bayigirizibwa okumanyiira ensi eno okumala enaku ssatu mu Ntaana eya Waggulu olwo ne balyoka bayingira mu Kifo Awalindirwa mu Lusuku lwa Katonda era ne balindira eyo okutuusa Yesu Kristo lwalidda omulundi ogw'okubiri mu Bbanga.

Wabula, abaana abatannazaalibwa ne bafiira mu mbuto za bannyaabwe tebagenda mu Lusuku lwa Katonda oluvanyuma lw'okuzuukira n'oluvanyuma lw'omusango. Basigala mu Ntaana eya Waggulu olubeerera.

Mu ngeri y'emu, mu abo abali mu kubonaabonera mu Ntaana eya Wansi mulimu abalisigala. Emyoyo gino tegisuulibwa mu Nnyanja ey'omuliro wadde ey'ekirungo kya sulfur eky'esera n'oluvanyuma lw'omusango. Bano beebaliwa?

Abaana abafa nga tebannatuuka mu myaka gya kivubuka

Mu bataalokolebwa mwe muli abaana abagibwamu nga baweza emyezi mukaaga n'okusingawo n'abaana abaali tebannatuuka mu myaka egy'ekivubuka, ku myaka nga kkumi n'ebiri. Emyoyo gino tegisuulibwa mu nnyanja ey'omuliro oba mu nnyanja ey'ekirungo kya sulfur eky'esera. Kino kiri bwe kityo lwakuba ne bwe bajja mu Ntaana eya Wansi olw'ebibi byabwe bo, mu kiseera ky'okufa kwabwe baali tebannakula bulungi okwesalirawo ebyo bye bagala ku lwabwe nga bo. Kino kitegeeza nti obulamu bwabwe mu kukkiriza buyinza okuba nga si lye kkubo lye beerondera, kubanga bayinza okuba nga bawabizibwa ebintu ebirala ng'abazadde baabwe, ba jjajjaabwe, ne mbeera mwe baabeeranga.

Katonda ajjudde okwagala n'obwenkanya Alowooza ku nsonga zino era n'atabasuula mu nnyanja ey'omuliro wadde ey'ekirungo kya sulfur eky'esera oluvanyuma lw'omusango. Wabula kino tekitegeeza, nti ebibonerezo byabwe binaavaawo oba okukendeera. Bajja kubonyaabonyezebwa olubeerera nga bwe baabonyabonyezebwanga mu Ntaana eya Wansi.

Ggeyeena

Okuva lwe kiri nti Empeera y'ekibi Kufa

Ng'oggyeeko abo abatono, abantu bonna mu Ntaana eya Wansi bajja kusuulibwa mu nnyanja ey'omuliro oba mu nnyanja ey'ekirungo kya sulfur eky'esera okusinziira ku bibi byabwe bye baakola bwe baali bakyateekebwateekebwa ku nsi kuno. Mu Baruumi 6:23 wasoma nti, *"Kubanga empeera y'ekibi kwe kufa, naye ekirabo kya Katonda bwe bulamu obutaggwaawo mu Kristo Yesu Mukama wafffe."* Wano, "okufa" tekitegeeza enkomerero y'obulamu ku nsi, wabula kitegeeza ekibonerezo eky'olubeerera mu nnyanja ey'omuliro oba mu nnyanja ey'ekirungo kya sulfur eky'esera. Okubonaabona okujjudde ennaku n'okulaajana okw'ekibonerezo eky'olubeerera y'empeera y'ekibi, era n'olwekyo, olina okukimaya nti ekibi ddala kibi era kya butwa.

Singa abantu bamanyiiko ne bwe kaba katono katya ku nnaku n'okukaaba okw'olubeerera okuli mu ggeyeena, bayinza batya obutatya kugenda mu ggeyeena? Bayinza batya obutakkiriza Yesu Kristo, okugondera ekigambo kya Katonda, n'okukitambuliramu?

Yesu yatugamba mu Makko 9:45-47:

N'okugulu kwo bwe kukwesittazanga, okutemangako: waakiri ggwe okuyingira mu bulamu ng'obuliddwako okugulu, okusinga okusuulibwa mu Ggeyeena, ng'olina amagulu gombi; envunyu yaabwe gye tafiira so n'omuliro teguzikira. N'eriiso lyo bwe likwesittazanga, oliggyangamu; waakiri ggwe okuyingira mu bwakabaka bwa Katonda ng'oli wa ttulu okusinga okusuulibwa mu Ggeyeena, ng'olina amaaso gombi.

Kiba kisingako gwe okutemako ebigere byo bw'oba okola ebibi ng'ogenda gyotalina kugenda okusinga okusuulibwa mu ggeyeena. Kisingako gwe okusalako emikono gyo bwe giba gikukozesa ebibi byotandikoze okusinga okugenda mu ggeyeena. Mu ngeri y'emu, n'amaaso go gagyeemu bwe g'aba gakulabisa ebintu byotandirabye ebikutwala mu ggeyeena.

Wabula, n'ekisa kya Katonda ekyatuweebwa ffe, tetulina kusalako mikono gyaffe, bigere oba okugyamu amaaso gaffe okusobola okugenda mu ggulu. Kino kiri bwe kityo lwakuba endiga yaffe etaalina kibi kyonna wadde ebbala, Mukama Yesu Kristo, yakomererwa ku lwaffe, emikono Gye n'ebigere Bye byakomererwa emisumaali n'ayambazibwa n'engule ey'amaggwa.

Omwana wa Katonda yajja okumenyaamenya emirimu gy'omulabe Setaani

N'olwekyo, buli akkiririza mu musaayi gwa Yesu Kristo asonyiyibwa, n'awonyezebwa ekibonerezo ky'ennyanja ey'omuliro oba ey'ekirungo kya sulfur eky'esera, era n'aweebwa n'obulamu obutaggwaawo.

1 Yokaana 3:7-9 watugamba, *"Abaana abato, omuntu yenna tabakyamyanga, akola obutuukirivu ye mutuukirivu, nga ye bw'ali omutuukirivu; akola ekibi wa Setaani kubanga okuva*

Ggeyeena

ku lubereberye Setaani akola ebibi. Omwana wa Katonda kyeyava alabisibwa amalewo ebikolwa bya Setaani. Buli muntu yenna eyazaalibwa Katonda takola kibi, kubanga ensigo ye ebeera mu ye; so tayinza kukola kibi, kubanga yazaalibwa Katonda."

Ekibi kisinga ku kikolwa, nga okubba, okutta, oba okuyaaya. Obubi mu mutima gw'omuntu businga ku kibi obubi. Katonda alaba obubi mu mitima gyaffe. Era akyawa omutima omubi ogusalira abalala emisango n'okubakolokota, omutima omubi ogukyawa abali mu kugwa, n'omutima omubi omukalabakalaba era ogw'enkwe. Eggulu lyandirabise litya singa abantu ab'emitima bwe gityo baali bakkirizibwa okugendayo era ne babeerayo? Ekitegeeza ne mu ggulu, abantu bandikaayanye mu buli kimu, ekituufu n'ekikyaamu, n'olwekyo Katonda takkiriza bantu babi kuyingira ggulu.

N'olwekyo, Bw'ofuuka omwana wa Katonda aweeredwa amaanyi olw'omusaayi gwa Yesu Kristo, tolina kuddamu kugoberera gatali mazima oba okuba omuweereza wa setaani, naye otambulire mu mazima ng'omwana wa Katonda, kubanga Ye Yennyini ye kitangaala. Olwo lwokka lw'oyinza okufuna ekitiibwa mu ggulu, ofune emikisa egy'okuba n'obuyinza ng'omwana wa Katonda era okulaakulane ne mu nsi muno.

Tolina kukola bibi nga bw'oyatula okukkiriza kwo

Katonda atwagala nnyo nti Yasindika Omwana We omu yekka era Omwagalwa, ataalina musango okutufiirira ku musalaba. Omanyi Katonda bwanakuwala n'okunyiiga bw'alaba abantu abagamba nti "baana ba Katonda" kyokka nga bakola ebibi, olw'okutwalibwa Setaani era ne batambula nga badda eri ggeyeena amangu ddala?

Mbasaba obutakola bibi wabula mugondere ebiragiro bya Katonda, nga mukakasa nti muli baana ba Katonda ab'omuwendo. Bw'onookola ekyo, okusaba kwo kwonna kujja kuddibwaamu mangu era ojja kufuuka omwana wa Katonda omutuufu, era ku nkomrero, ojja kuyingira era obeera mu Yerusaalemi Empya ey'ekitiibwa. Era ojja kufuna amaanyi n'obuyinza okugobawo ekizikiza ku abo abatanamanya mazima, nga bakyakola ebibi, era nga bafuuse abaddu ba setaani. Ojja kuweebwa amaanyi okubatwala eri Katonda.

Nsaba obeere omwana wa Katonda omutuufu, ofune okuddibwaamu eri okusaba kwo n'ebyetaago, omuddize ekitiibwa, era olokole abantu abatabalika okuva mu kkubo erya ggeyeena, osobole okutuuka mu kitiibwa kya Katonda, ng'oyakaayakana ng'enjuba mu ggulu.

4. Emyoyo Emibi gijja kusibibwa mu Kinnya Abiisi

Okusinziira ku nkuluze ey'olungereza eyitibwa *Webster's New World College Dictionary*, ekigambo "Abisi" kinyonyolwa nga "ekituli ekitakoma," oba "ekintu ekiwanvu ennyo ekitasoboka kupimika." Mu makulu g'omu baibuli, Abisi kye kitundu kya ggeyeena ekisingayo okuba ewala era ekisingayo obuwanvu. Era nga eyo emyoyo emibi gye ginaasibibwa egyo

Ggeyeena

egitalina mugaso mu kuteekateeka omuntu.

Ne ndaba malayika ng'akka okuva mu ggulu, ng'alina ekisumuluzo ky'obunnya obutakoma n'olujegere olunene mu mukono gwe. N'akwata ogusota omusota ogw'edda, ye Mulyolyomi era Setaani, n'agusibira emyaka lukumi, n'agusuula mu bunnya obutakoma n'aggalawo n'ateekako akabonero, gulemenga okulimba amawanga nate, okutuusa emyaka lukumi lwe giriggwaako oluvanyuma lwaggyo kigugwanira okusumululwa ebiro bitono (Okubikkulirwa 20:1-3).

Ennyinyonyola eno ey'ekiseera nga okubonyaabonyezebwa – okw'amaanyi kunaatera okuggwa. Nga Yesu Kristo amaze okukomawo omulundi ogw'okubiri, emyoyo emibi gijja kufugira ensi okumala emyaka musanvu, era nga mu kiseera ekyo Ssematalo Ow'okusatu n'agazibu ag'amaanyi mangi bijja kuba bitandise mu nsi yonna. Oluvanyuma lw'okubonyaabonyezebwa okw'Amaanyi waddawo Obwakabaka obw'Ekyasa, nga mu kiseera kino emyoyo emibi gijja kusibibwa mu Abisi. Nga Ekyasa kinaatera okuggwa, emyoyo emibi gijja kuteebwa okumala ekiseera kitono era omusango ogw'oku Namulondo Ennene Enjeru bwe gunaaba guwedde, gijja kuddamu okusibibwa mu Abisi era nga ku mulundi guno, kijja kuba kya lubeerera. Lusifa n'ababaka be bafuga ensi ey'ekizikiza, naye oluvanyuma lw'omusango, eggulu ne ggeyeena bijja kuba bifugibwa n'amaanyi ga Katonda.

Emyoyo emibi gikola nga byuma ebiyamba mu kuteekateeka abantu

Bibonerezo bya kika ki emyoyo emibi gye binaafuna, egyo egijja okuba nga gifiiriddwa amaanyi gonna n'obuyinza, nga giri na mu Abisi?

Nga tetunaagenda wala, olina okukimanya nti emyoyo emibi byuma buuma oba bikozesebwa ebikola kye birina okukola ne bimala ne bigenda ebikozesebwa mu kuteekateeka omuntu. Olwo, lwaki, Katonda ateekateeka abantu ku nsi wadde nga alina eggye ery'omuggulu eddene ennyo ne bamalayika mu ggulu? Kiri bwe kityo lwakuba Katonda ayagala abaana abatuufu bayinza okugabana n'abo okwagala Kwe.

Kankuweeyo eky'okulabirako. Mu byafaayo bya Korea byonna, abakungu baalinanga abaweereza bangi mu nnyumba zaabwe. Abaweereza n'okugondera buli bakama baabwe kye baabalagiranga. Kati, katugambe omukungu ono alina abaana be abaabula abatamugondera. Kati olwo kino kitegeeza omukungu ono ajja kwagala abaweereza be abamugondera ennyo okusinga abaana be abajeemu? Tasobola kwebeera kya kwagala baana be wadde si bamugondera nnyo.

Kye kimu ne Katonda. Ayagala nnyo abantu abaakolebwa mu kifaananyi Kye ne bwaba alina eggye erimugondera okwenkana wa ne bamalayika. Eggye ery'omu ggulu ne bamalayika balinga bino ebyuma ebikola emirimu nga bikola ebyo bye biragiddwa. N'olwekyo, tebasobola kugabana kwagala kwa ddala ne Katonda.

Kale, tetuyinza kugamba nti bamalayika n'ebyuma ebikozi by'emirimu bye bimu mu mbeera zonna. Ku ludda olumu, ebyuma

Ggeyeena

ebikozi by'emirimu bikola nga bwe biragiddwa, tebisobola kukola nga bwe byagala, ate tebiwulira kintu kyonna. Ku ludda olulala, ng'abantu bamalayika bamanyi essanyu ne nnaku.

Bw'obeera mu ssanyu oba mu nnaku, bamalayika tebawulira kye kimu nga bw'owulira, naye bamanyi ky'obeera owulira. N'olwekyo, bw'otendereza Katonda, bamalayika bajja kumutendereza naawe. Bw'ozina okuweesa Katonda ekitiibwa, n'abo bajja kuzina bakube n'ebivuga naawe. Kino kibaawula ku byuma. Kyokka, bamalayka n'ebyuma ebikozi by'emirimu "bafaanana" kubanga tebasobola kukola kintu ku lwabwe, era bakola ebyo byokka bye balagiddwa, nga bakozesebwa ng'ebyokukozesa.

Nga bamalayika, emyoyo emibi, tegirina kye giri wabula ebyuma ebikozesebwa mu kuteekateeka omuntu. Giringa ebyuma ebitayawula kibi ku kirungi, nga bikoleddwa olw'ekigendererwa, era nga gikozesebwa olw'ekigendererwa ekibi.

Emyoyo emibi gisibibwa mu Abisi

Etteeka ery'ensi ey'omwoyo ligamba nti "empeera y'ekibi kufa" era "omuntu akungula ky'asiga." Oluvanyuma lw'omusango, emyoyo mu Ntaana eya Wansi gijja kubonaabona olw'okwokyebwa mu nnyanja ey'omuliro oba ennyanja ey'ekirungo kya sulfur eky'esera okusinziira ku tteeka lino. Olw'okuba balondawo obubi nga beeyagalidde era mu kwagala kwabwe nga bali mu kuteekebwateekebwa ku nsi.

Emyoyo emibi okujjako emizimu, ggyo si mikulu nnyo eri okuteekebwateekebwa kw'omuntu. N'olwekyo, n'oluvanyuma lw'omusango, emyoyo emibi gisibibwa mu kinnya ekijjudde enzikiza n'obunyogovu Abisi, nga girekeddwa eyo ng'ebisasiro. Kino kye kibonerezo ekigisaana.

Namulondo ya Katonda eri wakati w'entiko y'eggulu. Ekitali, ku myoyo emibi gyo gisibibwa mu Abisi, ekifo ekisembayo ewala era ekisinga enzikiza mu ggeyeena. Tegisobola kwetaaya bulungi mu Abisi ejjudde enzikiza n'obunyogovu. Giringa egikatiddwaako oguyinja ogunene ennyo, emyoyo emibi gijja kukuumirwa eyo olubeerera mu kifo kimu.

Emyoyo gino emibi gyabeerako mu ggulu era gyabeerako n'emirimu egy'ekitiibwa. Oluvanyuma lw'okugwa kwagyo, bamalayika abaagwa baakozesa obuyinza mu ngeri yaabwe mu nsi ey'ekizikiza. Wabula, baawangulwa mu lutalo lwe baali batandise ku Katonda era awo byonna we byakoma. Baafiirwa ekitiibwa kyonna n'omuwendo ng'ebitonde eby'omu ggulu. Mu Abisi, ng'akabonero k'ekikolimo era obuswavu, ebyoya by'abamalayika bano abaagwa bijja kuba byayuzibwayuzibwa dda.

Omwoyo kye kitonde eky'olubeerera era ekitafa. Kyokka, emyoyo emibi mu Abisi tegisobola n'akutambuza wadde akagalo, tegirina kyegiwulira, kye gyagala, wadde okuba n'amaanyi. giringa ebyuma ebigiddwako, oba eby'okuzanyisa by'abaana ebyasuulibwa, era giringa egyakwata obunyogovu.

Abamu ku babaka ba ggeyeena basigala mu Ntaana eya Wansi

Waliwo etteeka lino beritaliza. Nga bwe kyayogeddwa

waggulu, abaana abatanatuuka myaka kkumi n'ebiri bajja kusigala mu Ntaana eya Wansi n'oluvanyuma lw'omusango. N'olwekyo, okusobola ebibonerezo by'abaana bano okugenda mu maaso, ababaka ba ggeyeena balina kino okukikola.

Ababaka bano tebasibibwa mu Abisi naye basigala mu Ntaana eya Wansi. Bafaanana ng'ebyuma ebikola emirimu. Ng'omusango tegunaba, olumu baasekanga era ne banyumira emyoyo nga gibonyaabonyezebwa, naye si lwakuba nti baalinga balina kye bawulira. Kwabanga kukola kwa Lusifa, ey'alinamu engeri z'obuntu, eyaleeteranga ababaka ba ggeyeena okulaga nti balina kye bawulira. Wabula oluvanyuma lw'omusango, tebakyafugibwa Lusifa, naye bajja kukola emirimu gyabwe nga tebalina kye bawulira, nga bakola ng'ebyuma.

5. Dayimooni zo zinaasibira wa?

Ekitali ku bamalayika abaagwa, n'agasota aganene n'abagoberezi baabwe ebyali bitondeddwa ng'ensi tennabaawo, emizimu si myoyo. Gyaliko abantu, abagibwa mu nfuufu, era nga gyalina omwoyo, emmeeme, n'omubiri nga ffe. Mw'abo abaali bateekeddwateekeddwa ku nsi naye ne bafa nga tebafunye bulokozi beebo abateebwa ne badda mu nsi mu mbeera ez'enjawulo ng'emizimu.

Olwo, omuntu afuuka atya omuzimu? Engeri ziri nnya abantu mwe bafuukira emizimu.

Esooka y'embeera y'abantu abatunda emyoyo gyabwe

n'emmeeme eri Setaani. Abalogo abanoonya amaanyi n'okuyambibwa okuva mu myoyo emibi okusobola okutuukiriza okuyaayaana kwabwe, gamba nga okuloga, basobola okufuuka emizimu bwe bafa.

Engeri ey'okubiri beebantu ab'esse, nga beeyagalidde mu bubi bwabwe. Abantu bwe baba b'etta kubanga baalemererwa okukulaakulana mu by'obusuubuzi oba ensonga endala, baba obuyinza bwa Katonda ku bulamu nga tebabufuddeko era basobola okufuuka emizimu. Wabula, kino si kye kimu ku muntu okwewaayo olw'abantu oba ensi ye oba okuyamba abateesobola. Singa omusajja, nga naye yennyini abadde tamanyi kuwuga, agwa mu mazzi okutaasa omulala nga tafudde ku bulamu bwe ye, kiba lwa nsonga nnungi etegerekeka.

Ey'okusatu beebantu abaali bakkiririza mu Katonda naye ne bamaliriza nga bamwegaanyi ne batunda okukkiriza kwabwe. Abakkiriza abamu bakyukira Katonda ne bamuwakanya bwe basisinkana ebizibu eby'amaanyi oba okufiirwa ekintu oba omuntu gwe baagala ennyo. Charles Darwin, ng'ono yeeyatandika enjigiriza eya evoluson nti abantu b'ava mu bintu birala, kya kulabirako kirungi. Darwin yakkiririzaako mu Katonda Omutonzi wa byonna olumu. Muwala we gwe yali ayagala ennyo bwe yafa nga muto, Darwin n'atandika okwegaana n'okuwakanya Katonda era n'atandikawo enjigiriza ya evolusoni nti omuntu ava mu bintu birala. Abantu ng'abo bakola ekibi eky'okuddamu okukomerera Yesu Kristo, Omununuzi waffe

Ggeyeena

omulundi omulala (Abaebulaniya 6:6).

Engeri ey'okuna era esembayo, ye y'abantu abaziyiza, abawakanya, n'okuvvoola Omwoyo Omutukuvu wadde nga bakkiririza mu Katonda era nga bamanyi amazima (Matayo 12:31-32; Lukka 12:10).

Olwaleero, abantu bangi abagamba nti bakkiririza mu Katonda baziyiza, bawakanya, era bavvoola Omwoyo Omutukuvu. Abantu bano ne bwe balaba n'okuyita mu mirimu gya Katonda egitabalika, era bakolokota n'okuvumirira abalala, ne bawakanya emirimu gy'Omwoyo Omutukuvu, era ne bagezaako okwonoona ekanisa omuli emirimu Gye. Era, bwe bakola ebyo nga bakulembeze, ebibi byabwe bifuuka binene nnyo ddala.

Ab'onoonyi bano bwe bafa, basuuliddwa mu Ntaana eya Wansi era ne bafuna ekibonerezo ekiri ku mutendera ogw'okusatu oba ogw'okuna. Kituufu nti emyoyo gino gifuuka emizimu era ne gisindikibwa ku nsi eno.

Emizimu gifugibwa Setaani

Okutuuka ku lunaku olw'omusango, Lusifa yalina obuyinza bwonna okufuga ensi ey'ekizikiza ne Ntaana eya Wansi. N'olwekyo, Lusifa era alina obuyinza okulonda emyoyo egimu egyo egiyinza okukola emirimu gye obulungi okuva mu Ntaana eya Wansi era n'agikozesa mu nsi muno ng'emizimu.

Emyoyo gino bwe girondebwa era ne giteebwa okujja mu nsi, ekitali nga bwe baali mu nsi, kati babeera tebakyasobola kukola nga bwe baagala oba nga bwe bawulira. Okusinziira ku kwagala kwa Lusifa, gifugibwa setaani era gyo gikola kigiragiddwa okutuukiriza ebigendererwa by'ensi ey'emyoyo emibi.

Emizimu gikema abantu ku nsi okwagala ensi. Ebimu ku bibi ebibi ennyo n'emisango ebiriwo enaku zino tebigwaawo bugwi naye bibaawo okuyita mu mirimu gy'emizimu okusinziira ku kwagala kwa Lusifa. Emizimu giyingira abantu abo okusinziira ku tteeka ery'ensi ey'omwoyo era ne gibatwala eri ggeyeena. Olumu, emizimu giremaza abantu era ne gibaleetera endwadde. Si kugamba nti buli kika kya bulemu oba bulwadde bireetebwa mizimu naye waliwo ebireetebwa emizimu. Tusanga mu Baibuli omulenzi eyaliko dayimooni eyali tayogerangako okuva lwe yazaalibwa (Makko 9:17-24), n'omukazi eyaliko dayimooni nga emufunyiza okumala emyaka kumi na munaana, nga tasobola kwegolola (Lukka 13:10-13).

Okusinziira ku kwagala kwa Lusifa, emizimu giweereddwa emirimu egisingayo obwangu mu nsi ey'ekizikiza naye tegijja kusibibwa mu Abisi oluvanyuma lw'omusango. Olw'okuba emizimu gyali gibaddeko abantu era nga baali bateekeddwateekeddwa, wamu n'abo abaafuna ebibonerezo eby'oku mutendera ogw'okusatu n'ogw'okuna mu Ntaana eya Wansi, bajja kusuulibwa nnyanja ey'ekirungo ekya sulfur eky'esera oluvanyuma lw'omusango ogw'oku Namulondo Ennene Enjeru.

Emyoyo emibi gitya Abisi

Abamu ku mmwe abajjukira ebigambo mu Baibuli osobola

Ggeyeena

okusanga ekintu ekitali kituufu. Mu Lukka 8, waliwo Yesu weyasisinkanira omusajja eyaliko-omuzimu. Bwe Yalagira omuzimu okuva mu musajja, omuzimu ne gumugamba, "*Onvunaana ki, Yesu Omwana wa Katonda ali waggulu ennyo? Nkwegayiridde, tombonereze!*" (Lukka 8:28) era ne yeegayirira Yesu aleme okumusindika mu Abisi.

Emizimu girina kusuulibwa mu nnyanja ey'ekirungo kya sulfur ekyesera, si mu Abisi. Olwo, lwaki, gwasaba Yesu aleme kumusindika mu Abisi? Nga bwe kyayogeddwako waggulu, emizimu baali babaddeko abantu era olw'ekyo, gikozesebwa bukozesebwa okuteekateeka abantu okusinziira ku kwagala kwa Lusifa. N'olwekyo, omuzimu bwe gw'agamba Yesu okuyita mu mimmwa gy'omusajja ono, kyali kiraga omutima gw'omwoyo omubi guno n'ani agufuga, nti era tegweyagalidde. Emyoyo emibi egikulirwa Lusifa gikimanyi nti ekigendererwa kya Katonda eky'okuteekateeka abantu nga kiwedde, gijja kufiirwa obuyinza bwagyo bwonna n'amaanyi era gijja kusuulibwa mu Abisi. Okutya kwagyo okw'ebiseera byagyo eby'omumaaso kuvaayo bulungi okuyita mu muzimu guno ogwali gwegayirira.

Era, omuzimu gulagibwa ng'ekikozesebwa oba ekyuma n'okulaga okutya kw'emyoyo gino emibi n'okulaga gye gijja okuteekebwa ku nkomerero ne bisobola okuwandiikibwa mu Baibuli.

Lwaki emizimu gitya ensi ya amazzi, n'omuliro?

Nga n'akatandika obuweereza bwange, Omwoyo Omutukuvu yakola nnyo mu kanisa yange nti abazibe baalaba, bakasiru ne boogera, abalema ne batambula, n'emyoyo emibi ne gigobebwa. Amawulire gano gatuuka mu bitundu bye ggwanga eby'enjawulo, era abalwadde bangi ne bajja. Mu kiseera ekyo, Nze kennyini n'asabiranga abantu abaali bakwatiddwa emizimu, era emizimu, ng'ebitonde eby'omwoyo gyamanyirawo nti gijja kugobebwa. Olumu, emizimu nga ginsaba, "tukwegayiridde totugobera mu mazzi, oba mu muliro!" Era, nga sisobola kukkiriziganya na kusaba kwagyo.

Olwo, lwaki emizimu gitya amazzi n'omuliro? Baibuli eyogedde ku kutya kwagyo okwa amazzi n'omuliro. Bwe nnayongera okusaba ku kubikkulirwa ku bino, Katonda n'angamba nti amazzi ag'omwoyo gategeeza obulamu, naddala ekigambo kya Katonda nga ye kitangaala kye nnyini. Era, Omuliro guyimirirawo okulaga omuliro gw'Omwoyo Omutukuvu. Na bwe kityo, emizimu egikiikirira ekizikiza kye nnyini gijja kufiirwa amaanyi gaagyo n'obuyinza bwe gigobebwa eri omuliro n'amazzi.

Mu Makko 5 waliwo Yesu walagira emizimu "Liigyoni" okufuluma mu musajja, era n'egimusaba agisindike mu mbizzi (Mark 5:12). Yesu n'agikkiriza, era emizimu n'egiva mu musajja ne gidda mu mbizzi. Eggana ly'embizzi, nga enkumi bbiri, ne zifubutuka ne ziserengetera ku bbanga mu nnyanja n'ezifiira mu nnyanja. Yesu teyalemesa mizimu gino kwongera kukolera Lusifa olw'okuba embizzi z'afiira mu nnyanja. Kino tekitegeeza nti, emizimu n'agyo gy'afa; gy'abulwa maanyi. Yensonga lwaki Yesu atugamba *"naye dayimooni omubi bw'ava mu muntu atambula mu nsenyi, enkalu, ng'anoonya aw'okuwummulira, naye n'abulwa"* (Matayo 12:43).

Ggeyeena

Abaana ba Katonda balina okumanya ensi ey'omwoyo bulungi okusobola okulaga amaanyi ga Katonda. Emizimu gikankana mu kutya bw'ogigoba ng'ojjudde amagezi agakwata ku nsi ey'omwoyo. Kyokka, tegijja kukankana, wadde okugenda, bw'oyogera obwogezi nti "Gwe omuzimu genda, nkusindika mu mazzi! Genda mu muliro!" nga tomanyi bya mwoyo.

Lusifa afuba nnyo okunyweza obwakabaka bwe

Katonda ye Katonda ajjudde okwagala okungi wabula era ye Katonda ow'obwenkanya. Kabaka w'ensi eno ne bwabeera asonyiwa kyenkana ki era nga asaasira okukamala, tasobola kuba n'akusaasira n'okusonyiwa okutaliiko kakwakkulizo konna obudde bwonna. Bwe wabaawo ababbi n'abatemu mu nsi, kabaka alina okukwata n'okubabonereza okusinziira ku mateeka ag'omu nsi eyo okusobola okukuuma emirembe n'obutebenkevu bw'abantu be. Ne mutabani we gw'ayagala ennyo oba omuntu bwe bakola ekibi eky'amaanyi ng'okulya mu nsi olukwe, kabaka talina kirala kya kukola okujjako okubabonereza okusinziira ku mateeka.

Mu ngeri y'emu, okwagala kwa Katonda kye kika ky'okwagala ekikwatagana obulungi n'enkola ennungi ey'ensi ey'omwoyo. Katonda yayagala nnyo Lusifa nga tannamulyaamu lukwe, n'oluvanyuma lw'okulibwaamu olukwe, Katonda yawa Lusifa obuyinza obwetongodde ku kizikiza, naye empeera yokka Lusifa gya naafuna kwe kusibibwa mu Abisi. Olw'okuba Lusifa kino akimanyi bulungi, agezaako nnyo okunyweza obwakabaka bwe abukuume nga bunywevu. Olw'ensonga eno, Lusifa yatta bannabbi ba Katonda bangi emyaka nga enkumi bbiri emabega n'okussukawo. Emyaka nkumi bbiri egiyise, Lusifa bwe yategeera ku kuzaalibwa kwa Yesu, okugezaako okulemesa obwakabaka bwa Katonda okunywezebwa asobole okusigazaawo obwakabaka bwe obw'ekizikiza, yagezaako okutta Yesu okuyita mu Kabaka Kerode. Oluvanyuma lw'okukiyingizibwaamu Setaani, Kerode yalagira abaana abalenzi abaali wansi w'emyaka ebiri okuttibwa (Matayo 2:13-18).

Ng'ogyeeko kino, mu by'asa ebiyise ebibiri, Lusifa abadde agezaako okutta n'okuzikiriza omuntu yenna abadde agezaako okulaga amaanyi ga Katonda. Kyokka, Lusifa tasobola kusinga Katonda wadde okusukuluma amagezi Ge, era enkomerero ye esangibwa mu Abisi yokka.

Katonda kwagala alindirira era n'agaba n'emikisa gy'okwenenya

Abantu bonna ku nsi balina okulamulwa okusinziira ku bikolwa byabwe. Eri abo abatali ba mazima balindirira ebikolimo n'ebibonerezo ate abalungi bo balindirira emikisa n'ekitiibwa. Wabula, Katonda nga ye Yennyini kwagala tasuulirawo bantu baakoonoona mu ggeyeena. Abalindirira n'obugumiikiriza abantu beenenye nga bwe kyawandiikibwa mu 2 Petero 3:8-9, *"Naye kino kimu temukyerabiranga, abaagalwa, nga eri Mukama waffe olunaku luli ng'emyaka olukumi, n'emyaka olukumi giri ng'olunaku olumu. Mukama waffe talwisa kye yasuubiza, ng'abalala bwe balowooza okulwa; naye agumiikiriza gye muli, nga tayagala muntu yenna kubula, naye bonna batuuke okwenenya."* Kuno kwe kwagala kwa Katonda ayagala abantu bonna okufuna obulokozi.

Okuyita mu bubaka buno ku ggeyeena, olina okujjukiranga nti Katonda yali mugumiikiriza ng'alindirira abo bonna abasindikibwa mu Ntaana eya Wansi. Katonda kwagala ono akungubagira emyoyo, gye yatonda mu kifaananyi Kye n'enfaanana Ye, abali mu kubonaabona era bajja n'okubonaabona ne mu mirembe egigenda okujja.

Wadde Katonda alina okwagala okugumiikiriza, abantu bwe batakkiriza njiri okutuuka ku nkomerero oba okugamba nti bakkiriza naye ne basigala nga boonoona, bajja kufiirwa emikisa gyonna egy'obulokozi era bagwe mu ggeyeena.

Eno yensonga lwaki abakkiriza balina okubeeranga nga babuulira enjiri wadde tulina omukisa ogwo oba nedda. Katugambe nti ennyumba yo ekute omuliro nga toliiyo. Bw'okomawo, ennyumba yabadde ekutte yonna ate abaana bo babadde beebase mu nda. Tokola buli kisoboka okutaasa abaana bo? Omutima gwa Katonda gweyongera okulumwa bw'alaba abantu abaatondebwa mu kifaananyi Kye n'enfaanana Ye nga bakola ebibi era ne bagwa mu muliro ogutazikira ogwa ggeyeena. Mu ngeri y'emu, gwe omanyi essanyu Katonda lyabaako okulaba abantu abalala nga batwala banaabwe eri obulokozi?

Olina okutegeera omutima gwa Katonda ogwagala abantu bonna era akaabira abo abali mu kkubo eribatwala mu ggeyeena, kye kimu n'omutima gwa Yesu Kristo atayagala kufiirwa wadde omuntu omu. Kati ng'osomye ku bukambwe n'ettima ebibeera mu ggeyeena, oyinza okuba ng'osobola okutegeera lwaki

Ebibonerezo mu Ggeyeena oluvanyuma lw'omusango

Katonda, asanyukira nnyo obulokozi bw'abantu. Nsuubira nti ojja kutegeera era omanye omutima gwa Katonda osobole okutambuza enjiri ey'amawulire amalungi era okulembere abantu eri ekkubo ery'obulokozi.

Essuula 9

Lwaki Katonda Kwagala Yalina okutegeka Ggeyeena?

1. Obugumiikiriza n'Okwagala kwa Katonda
2. Lwaki Katonda Kwagala Yalina Okutegeka Ggeyeena?
3. Katonda Ayagala Abantu bonna okufuna Obulokozi
4. Bunyisa Enjiri'amaanyi nga teweetya

"*[Katonda] ayagala abantu bonna okulokoka,
era okutuuka mu kutegeerera ddala amazima.*"
- 1 Timoseewo 2:4 -

"*Olugali Lwe luli mu mukono Gwe,
naye alirongoosa nnyo egguuliro Lye,
alikung'anyiza eng'ano mu ggwanika,
naye ebisusunku alibyokya n'omuliro ogutazikira.*"
- Matayo 3:12 -

Lwaki Katonda Kwagala Yalina okutegeka Ggeyeena?

Emyaka nga enkumi bbiri egiyise, Yesu yayitayita mu bibuga n'ebyalo mu Israeri, n'abuulira amawulire amalungi era n'awonya buli ndwadde. Bwe yasanganga abantu, Yesu yabasaasiranga, kubanga baali babonyaabonyezeddwa nnyo era nga tebalina kantu, nga endiga etalina musumba (Matayo 9:36). Waaliyo abantu bangi abaali balina okulokolebwa, naye nga tewali n'omu yali ajja kubalabirira. Wadde Yesu n'okwagala kwonna yeetoololanga ebyalo ebyo era n'akyalira abantu, Yali tasobola kubalabirira bonna omu ku omu.

Mu Matayo 9:37-38, Yesu yagamba abayigirizwa Be nti, *"Eby'okukungula bye bingi, naye abakozi be batono. Kale musabe Omwami w'ebyokukungula, asindike abakozi mu by'okukungula Bye."* Abaali basinga okwagalibwa be bakozi abaali bajja okusomesa abantu abatabalika amazima n'okwagala okungi basobole okugoba ekizikiza mu bbo mu kifo kya Yesu.

Ennaku zino, abantu bangi bali mu busibe olw'ekibi, nga babonaabona n'endwadde, obwavu, n'ennaku, era nga batambula badda eri ggeyeena – naye nga byonna bibaawo olw'okuba tebamanyi mazima. Tulina okutegeera omutima gwa Yesu oyo anoonya abakozi banaasindika mu by'okukungula, olwo obeere nga tojja kufuna bulokozi kyokka wabula n'okumugamba nti, "Nze nzuuno! Ntuma, Mukama."

1. Obugumiikiriza n'Okwagala kwa Katonda

Waaliwo omwana ow'obulenzi eyali ayagalwa ennyo n'okwegombebwa bazadde be. Lumu, omwana ono n'asaba

255

Ggeyeena

bazadde be okumuwa omugabo gwe ku ttaka. Ne bakkiriziganya n'ekiteeso ky'omwana waabwe, wadde nga baali tebategeera mwana waabwe bulungi, oyo gwe baali bagenda okulekera buli kimu. Awo omwana ono n'agenda emitala w'amayanja n'omugabo gwe gwe yajja mu ttaka. Wadde yalina essuubi n'enteekateeka ku ntandikwa, yagendanga mu maaso n'okutwalibwa amasanyu n'okwegomba kw'ensi era bwatyo sente ze zonna ne zimuggwaako bwe zityo. Kyokka ensi n'egenda egwa mu buzibu bwe nsimbi bwatyo ne yeeyongerera ddala okwavuwala. Lumu, waliwo omuntu eyatwala amawulire g'omwana ono eri bakadde be, n'abagamba ng'omwana waabwe bwe yafuuka asabiriza olw'ombeera y'obulamu eyali emutabukidde, era nti kati abantu baali bamuyisaamu amaaso.

Olowooza bazadde be baawulira batya? Bateekwa okuba nga baasooka ne banyiiga, naye bwe wayitawo akaseera ne batandika okwerariikirira n'okumulowoozaako, nga bagamba, 'Tukusonyiye, mwana waffe. Kkomawo eka mangu!'

Katonda akkiriza abaana abakomawo mu kwenenya

Omutima gw'abazadde bano guwandiikiddwa mu Lukka 15. Taata w'omwana eyali agenze mu nsi eyawala, yamulindiranga ku mulyango buli lunaku. Taata w'omwana ono yayagala nnyo mutabani we okudda era bwe yakomawo, taata we yamulengerera wala n'amutegeera, n'addukanako gyali, n'amugwa mu kifuba n'okumuwambatira mu ssanyu. N'amwambaza olugoye olusinga zonna, n'engatto, era n'amuttira n'ennyana eya ssava ne balya n'okusanyuka olw'okudda kw'omwana we.

Lwaki Katonda Kwagala Yalina okutegeka Ggeyeena?

Guno gwe mutima gwa Katonda. Takoma ku kusonyiwa abo abeenenyereza ddala, wadde bakoze ebibi ebyenkana wa, wabula n'okubabudaabuda era n'okubazzaamu amaanyi okubeera obulungi. Omuntu omu bwalokolebwa olw'okukkiriza, Katonda ajjaganya n'ajaguza n'eggye ery'omu ggulu wamu ne bamalayika. Katonda waffe Omusaasizi ye Kwagala kwennyini. N'omutima gwa Taata alindirira mutabani we, Katonda ayagala nnyo abantu okuva mu kibi n'okufuna obulokozi.

Katonda kwagala era asonyiwa

Okuyita mu Koseya essuula 3, osobola okulozaako ku kisa ekingi n'okusaasira ebya Katonda waffe, oyo abeera omwetegefu okusonyiwa n'okwagala abo ab'onoonyi.

Lumu, Katonda yalagira Koseya okugenda okwagala omukazi omwenzi nga mukazi we. Koseya n'amugondera era n'awasa Goma. Wabula, nga wayiseewo emyaka mitonotono, Goma yali tasobola kufuga mutima gwe n'ayagala omusajja omulala. Era, n'asasulibwa nga malaaya n'agenda ayagala omusajja omulala. Katonda era n'agamba Koseya, *"Genda nate, oyagale omukazi ayagalibwa mukwano gwe era omwenzi, era nga Mukama bw'ayagala abaana ba Isreari, n'ewankubadde nga bakyukira bakatonda abalala ne baagala ebitole by'ezabbibu enkalu"* (olu. 1). Katonda yalagira Koseya okwagala mukazi we, eyali amuliddemu olukwe n'ava awaka okugenda okuganza omusajja omulala. Koseya yakomyawo Goma oluvanyuma lw'okusasula ebitundu bya ffeeza kkumi na bitaano ne komeri eya sayiri ko ekitundu eky'ekomeri eya sayiri (olu. 2). Abantu bameka abasobbola okukikola ekyo? Koseya ng'amaze okukomyawo Goma, n'amugamba, *"Olibeerawo ku lwange ennaku nnyingi, tolyefuula mwenzi, so toliba muka musajja yenna: nange bwe ndiba bwe ntyo gyoli"* (olu. 3). Teyamusalira musango wadde okumukyaawa, wabula yamusonyiwa n'okwagala era namwegayirira obutaddamu kumuleka.

Koseya ekintu kye yakola kiringa eky'obusirusiru mu maaso ga bantu b'ensi eno. Naye, omutima gwe gulaga omutima gwa Katonda. Nga Koseya bwe yawasa omukazi omwenzi, Katonda yasooka n'atwagala, ffe abaali bamuleseewo, era n'atununula n'okutununula.

Oluvanyuma lwa Adamu okwonoona, abantu bonna n'ebannyikibwa mu kibi. Nga Goma, baali tebasaana kwagala kwa Katonda. Wabula, Katonda yabaagala n'abawa omwana We omu Yekka Yesu okukomerebwa. Yesu ono yakubibwa emiggo, n'ayambala engule ey'amaggwa era n'akomerebwa mu ngalo n'ebigere emisumaali, Asobole okutulokola. Ne bwe yali ng'awanikiddwa ku musalaba ng'afa, Y'asaba nti, "Kitange basonyiwe." Ne wetwogerera kati, Yesu ali mu kwegayirira ku lw'abonoonyi bonna mu maaso ga Namulondo ya Katonda waffe, kitaffe ali mu ggulu.

Kyokka, ng'abantu bangi tebamanyi kwagala na kisa kya Katonda. Wabula, baagala nsi ne bagenda mu maaso n'okwonoona olw'okunoonya okwegomba kwabwe okw'omubiri. Abamu babeera mu kizikiza kubanga tebamanyi mazima. Abalala bamanyi amazima naye ekiseera bwe kigenda kiyitawo, emitima gyabwe gikyuka era ne baddamu okukola ebibi. Kasita balokolebwa, abantu balina okwetukuza buli lunaku. Wabula, emitima gyabwe gyonoonebwa n'egifuuka mibi si nga bwe baali nga bakasooka okufuna Omwoyo Omutukuvu. Yensonga lwaki abantu bano bakola n'ebibi bye baali basuula dda eri.

Katonda era akyayagala okusonyiwa n'okwagala n'abo abantu ab'onoonye wamu n'okwagala ensi. Nga Koseya bwe yakomyawo mukyala we omwenzi eyali ayagala omusajja omulala ng'amugula, Katonda alindiridde okudda n'okwenenya kw'abaana Be ab'onoonye.

N'olwekyo, tulina okutegeera omutima gwa Katonda oyo atubikkulidde obubaka ku ggeyeena. Katonda tayagala ku tutiisa; Kyayagala ffe kwe kukutegeera ennaku y'omu Ggeyeena, twenenyeze ddala, era tufune obulokozi. Obubaka ku ggeyeena yengeri Gyasobola okulaga okwagala kwe okubumbujja gye tuli. Tulina n'okukitegeera lwaki Katonda yalina okutegeka ggeyeena tusobole okwongera okutegeera omutima Gwe, tusobole n'okusaasaanya amawulire amalungi eri abantu abalala okubalokola okuva mu bibonerezo eby'olubeerera.

2. Lwaki Katonda Kwagala Yalina Okutegeka Ggeyeena?

Olubereberye 2:7 wasoma nti, *"MUKAMA Katonda n'abumba omuntu n'enfuufu y'ensi, n'amufuuwamu mu nnyindo omukka ogw'obulamu; omuntu n'afuuka omukka omulamu."*

Mu 1983, omwaka ng'enzigi mu kanisa yange zigguddwaawo, Katonda yandaga okwolesebwa nga mu kwo okutonda kwa

Ggeyeena

Adamu kulagibwa. Katonda yali musanyufu ng'abumba Adamu okuva mu bbumba n'obwegendereza n'okwagala, ng'omwana bwaba azanyisa ddole oba eky'okuzanyisa kyasinga okwagala. Ng'amaze okubumba Adamu n'obwegendereza, Katonda n'afuuwa mu nnyindo ze omukka ogw'obulamu. Olw'okuba twafuna omukka ogw'obulamu okuva ku Katonda, nga ye Mwoyo, omwoyo gwaffe n'emmeeme tebifa. Omubiri ogwakolebwa okuva mu nfuufu gujja kusaanawo gudde mu nfuufu, naye omwoyo gwaffe n'emmeeme bibeerawo olubeerera.

Olw'ensonga eyo, Katonda yalina okutegekera emyoyo gino egitafa ekifo mwe gibeera, era ly'eggulu oba ggeyeena. Nga bwe kyawandiikibwa mu 2 Petero 2:9-10, abantu abatambulira mu bulamu obutya-Katonda bajja kulokolebwa bayingire eggulu, naye abo abatali batuukirivu bajja kubonerezebwa mu Ggeyeena.

Mukama waffe amanyi okulokola abatya Katonda mu kukemebwa, n'okukuuma abatali batuukirivu nga babonerezebwa okutuusa ku lunaku olw'omusango; naye okusinga bonna abatambula okugoberera omubiri mu kwegomba okw'obugwagwa ne banyooma okufugibwa. Abatatya, abakakanyavu, tebakankana kuvuma ba kitiibwa.

Ku ludda olumu, Abaana ba Katonda bajja kubeera wansi w'obufuzi Bwe obw'olubeerera mu ggulu. N'olwekyo, eggulu libeera lijjudde essanyu n'okusanyuka. Ku ludda olulala, ggeyeena kye kifo ky'abo bonna abatakkiriza kwagala kwa Katonda wabula ne ba mulyaamu olukwe era ne bafuuka abawambe mu kibi. Mu

Lwaki Katonda Kwagala Yalina okutegeka Ggeyeena?

ggeyeena, bajja kufuna ebibonerezo eby'ettima. Olwo lwaki, Katonda kwagala yalina okutegeka ggeyeena?

Katonda ayawula eng'ano ku bisusunku

Ng'omulimi bwasiga ensigo n'azirabirira, Ne Katonda bwateekateeka abantu mu nsi muno okusobola okufuna abaana abatuufu. Ekiseera ky'amakungula bwe kituuka, Ayawula eng'ano ennamu ku bisusunku, ng'asindika eng'ano mu ggulu n'ebisusunku mu ggeyeena.

Olugali lwe luli mu mukono gwe, naye alirongoosa nnyo egguuliro; alikung'aanyiza eng'ano mu ggwanika, naye ebisusunku alibyokya n'omuliro ogutazikira (Matayo 3:12).

"Eng'ano" wano eba eyimiriddewo ku lw'abo abakkirizza Yesu Kristo, ne bagezaako okukomyaawo ekifaananyi kya Katonda, era ne batambulira mu kigambo kya Katonda. "Ebisusunku" wano kitegeeza abo abatakkiriza Yesu Kristo ng'omulokozi waabwe, naye ne baagala ensi, ne bagoberera obubi.

Ng'omulimi bwakung'aanyiza eng'ano mu ggwanika era n'ayokya ebisusunku oba okubikozesa ng'ebigimusa mu nnimiro, Ne Katonda aleeta eng'ano mu ggulu era n'asuula ebisusunku mu ggeyeena.

Katonda ayagala kukakasa nti tumanyi ku Ntaana eya Wansi ne ggeyeena. Ekirungo Lava wansi mu ttaka n'omuliro bye bikola ng'ebijjukizo by'ebibonerezo eby'olubeerera mu ggeyeena. Singa

Ggeyeena

waali tewali muliro oba ekirungo kya sulfur mu nsi eno, twanditegedde tutya ebyo ebitiisa ebinaabeera mu Ntaana eya Wansi ne ggeyeena? Katonda yatonda ebintu bino kubanga byetaagisa mu kuteekateeka abantu.

Ensonga lwaki "ebisusunku" bisuulibwa mu muliro gwa ggeyeena

Abamu bayinza okubuuza, "Lwaki Katonda kwagala yategeka ggeyeena? Lwaki ebisusunku n'abyo tabitwala mu ggulu?"

Obulungi bwe ggulu bussuka ku muntu kyayinza okulowooza oba okunnyonnyola. Katonda, omukulu w'eggulu mutuukirivu atalina bbala lyonna wadde olufunyiro, n'olwekyo abo bokka abakola nga bwayagala be bakkirizibwa okuyingira eggulu (Matayo 7:21). Singa abantu ababi baali baakubeera mu ggulu wamu n'abantu abajjudde okwagala n'obulungi, obulamu mu ggulu bwandibadde buzibu ate nga bwa ngeri, era eggulu eddungi lyandibadde lyonoonebwa. Eno yensonga lwaki Katonda yalina okutegeka ggeyeena okwawula eng'ano mu ggulu okuva ku bisusunku mu ggeyeena.

Awatali ggeyeena, abatuukirivu n'ababi bandibadde balina okubeera awamu. Era kiba kuba bwe kityo, eggulu lyandibadde eggulu ery'ekizikiza, nga lijjudde okukaaba n'amaziga mu nnaku. Wabula, ekigendererwa kya Katonda okuteekateeka omuntu si kutondawo kifo ng'ekyo. Eggulu kye kifo awatali maziga, nnaku, okubonyaabonya, n'endwadde, ng'eyo Asobola okugabana okwagala Kwe okungi n'abaana Be emirembe n'emirembe. N'olwekyo, ggeyeena yeetaagisa okusibiramu ababi n'abantu

Lwaki Katonda Kwagala Yalina okutegeka Ggeyeena?

abatagasa – ebisusunku. Abaruumi 6:16 wasoma, *"Temumanyi nga gwe mwewa okuba abaddu b'okuwulira, muli baddu b'oyo gwe muwulira, oba ab'ekibi okuleeta okufa, oba ab'okuwulira okuleeta obutuukirivu?"* Newankubadde bayinza okuba tebaakimanya, abo bonna abatatambulira mu kigambo kya Katonda baddu ba kibi era baddu b'omulabe waffe Setaani era omubi. Ku nsi kuno, bafugibwa omulabe Setaani; oluvanyuma lw'okufa, bajja kusuulibwa mu mikono gy'emyoyo emibi mu ggeyeena era bafune buli kika kya kibonerezo.

Katonda agabira buli omu empeera okusinziira ku ki kye bakoze

Katonda waffe si Katonda kwagala kyokka, musaasizi, era wa kisa kyokka ng'era ye Katonda omwenkanya oyo agabira buli omu ku ffe empeera okusinziira ku bikolwa byaffe. Bagalatiya 6:7-8 wasoma:

Temulimbibwanga; Katonda tasekererwa; kubanga omuntu kyonna ky'asiga era ky'alikungula. Kubanga asigira omubiri gwe ye, alikungula mu mubiri gwe ye, alikungula mubiri okuvunda, naye asigira Omwoyo, alikungula mu Mwoyo obulamu obutaggwaawo.

Ku ludda olumu, bw'osiga okusaba n'okutendereza, ojja kuweebwa amaanyi okutambulira mu kigambo kya Katonda n'amaanyi okuva mu ggulu, era omwoyo gwo ne mmeeme bijja kukolebwa bulungi. Bw'osiga n'emirimu egy'obwesigwa, ebitundu byo byonna – omwoyo, emmeme, n'omubiri – bijja kuddizibwaamu amaanyi. Bw'osiga sente okuyita mu kimu eky'ekkumi oba okwebaza, ojja kuweebwa omukisa mu bigambo by'ensimbi osobole okwongera okusiga mu bwakabaka bwa Katonda n'obutuukirivu. Ku ludda olulala, bw'osiga obubi, ojja kusasulibwa mu ngeri y'emu ng'obubi bw'osize. Wadde ng'oli mukkiriza, bw'osiga ebibi n'obumenyi bw'amateeka, ojja kusisinkana ebigezo. N'olwekyo, Nsuubira nti mujja kutaangazibwa era muyige amazima gano nga muyambibwako Omwoyo Omutukuvu, musobole okufuna obulamu obutaggwaawo.

Mu Yokaana 5:28-29, Yesu yatugamba nti *"Temwewuunya ekyo; kubanga ekiseera kijja bonna abali mu ntaana lwe baliwulira eddoboozi lye, ne bavaamu; abo abaakolanga ebirungi balizuukirira obulamu, n'abo abaakolanga ebitasaana balizuukirira omusango."* Mu Matayo 16:27, Yesu yatusuubiza, *"Kubanga Omwana w'omuntu agenda kujjira mu kitiibwa kya kitaawe ne bamalayika be; n'alyoka asasula buli muntu nga bwe yakola."*

Awatali kusobyamu wadde, okuyita mu Musango Katonda agaba empeera nga bwe zisaanidde era n'agaba n'ebibonerezo ebisaanidde eri buli omu okusinziira ku kye bakoze. Oba buli muntu anaagenda mu ggulu oba mu ggeyeena tekiri eri Katonda, wabula kiri eri buli muntu kinnoomu oyo ow'eddembe okukola nga bwayagala, era buli muntu ajja kukungula nga bwasiga.

3. Katonda Ayagala Abantu bonna okufuna Obulokozi

Katonda atwala omuntu okuba nti yatondebwa mu kifaananyi Kye n'okumufaanana ng'ekikulu okusinga ensi yonna. N'olwekyo, Katonda ayagala abantu bonna okukkiririza mu Yesu Kristo era bafune obulokozi.

Katonda ajjaguza na nnyo omwonoonyi wadde omu bwe yeenenya

N'omutima ogw'omusumba oyo anoonya buli wamu ng'anoonya endiga ye emu ebuuze wadde ng'alina endala kyenda mu mwenda zalabako (Lukka 15:4-7), Katonda asanyuka ate nnyo omwonoonyi wadde omu bwe yeenenya okusinga abatuukirivu ekyenda-mw'omwenda abateetaaga kweneenya.

Omuwandiisi wa Zabuli yawandiika mu Zabuli 103:12-13, *"Ebuvanjuba n'ebugwanjuba bwe biri ewala, Bwatyo bwatutadde ewala ebyonoono byaffe. Nga kitaabwe bw'asaasira abaana be, Ne MUKAMA bw'asaasira bw'atyo abamutya."* Katonda era yasuubiza mu Isaaya 1:18 nti *"Mujje nno, tuteese fembi, bw'ayogera Mukama: ebibi byammwe ne bwe biba ng'olugoye olumyufu binaaba byeru ng'omuzira; ne bwe bitwakaala ng'ebendera, binaaba ng'ebyoya by'endiga."*

Katonda kye kitangaala ky'ennyini era mu Ye, temuli kizikiza. Era Ye yennyini ye bulungi, akyawa ekibi, naye omwonoonyi bw'ajja Gyali ne yeenenya, Katonda tajjukira bibi bye, Katonda awambatira n'okuwa omukisa omwonoonyi mu kusonyiwa Kwe

Ggeyeena

okutaggwaayo n'okwagala okw'ebbugumu.

Bw'oba nga wadde otegeeramu katono okwagala kwa Katonda okwewuunyisa, olina okuyisa buli muntu n'okwagala okwa ddala. Olina okuba n'okusaasira eri abo abagenda eri omuliro gwa ggeyeena, obasabire n'omutima gwo gwonna, ogabane n'abo amawulire amalungi, era okyalire abo abalina okukkiriza okunafu onyweze okukkiriza kwabwe basobole okuyimirira nga banywevu.

Bw'oteenenya

1 Timoseewo 2:4 watubuulira nti, *"[Katonda] ayagala abantu bonna okulokoka, era okutuuka mu kutegeerera ddala amazima."* Katonda ayagala nnyo nnyo abantu bonna okumumanya, okufuna obulokozi, n'okujja eri eggulu Gyali. Katonda alindiridde obulokozi wakiri obw'omuntu omu omulala, alindirira abantu abali mu kizikiza n'ekibi okudda Gyali.

Wabula, wadde Katonda awadde abantu emikisa egitabalika okwenenya, okutuuka ne ku ssa ly'okuwaayo Omwana We omu yekka ku musalaba, bwe bateenenya ne bafa, waba wasigaddeyo ekintu kimu kyokka ekibalindiridde. Okusinziira ku mateeka ag'ensi ey'omwoyo, bajja kukungula kye baasiga era basasulibwe okusinziira ku kye bakoze, era basuulibwe mu ggeyeena ku nkomerero.

Nsuubira nti ojja kutegeera okwagala kuno okwewuunyisa n'obwenkanya bwa Katonda, osobole okufuna Yesu Kristo era osonyiyibwe. Era, weeyise n'okutambulira mu kwagala kwa

Lwaki Katonda Kwagala Yalina okutegeka Ggeyeena?

Katonda osobole okwakayakana ng'omusana mu ggulu.

4. Bunyisa Enjiri'amaanyi nga teweetya

Abo abamanyi era nga bakkiririza ddala mu kubaayo kwe ggulu ne ggeyeena tebasobole kukyebeera eky'okubuulira enjiri, kubanga bamanyi omutima gwa Katonda oyo ayagala abantu bonna okufuna obulokozi obulungi ddala.

Awatali bantu batambuza njiri ey'amawulire amalungi

Abaruumi 10:14-15 watugamba nti Katonda atendereza abo abatambuza enjiri ey'amawulire amalungi:

Kale balikaabira batya gwe batannakkiriza? Era balikkiriza batya gwe batannawulirako? Era baliwulira batya awatali abuulira? Era balibuulira batya nga tebatumiddwa? nga bwe kyawandiikibwa nti Ebigere byabwe nga birungi nnyo ababuulira enjiri ey'ebirungi!"

Mu 2 Bassekabaka 5, waliwo olugero lw'omusajja Naamani, omukulu w'eggye lya kabaka w'e Busuuli. Naamani, kabaka we yali amutwala ng'omusajja owa waggulu era ow'ekitiibwa kubanga yali awadde Obusuuli obuwanguzi emirundi mingi. Bwatyo yali musajja muzira era nga mugagga era nga talina kyajjula. Wabula, Naamani yali mugenge. Mu nnaku ezo,

Ggeyeena

ebigenge byali tebiwona era nga bitwalibwa ng'ekikolimo okuva mu ggulu, kale amaanyi n'obuzira bwa Naamai byali tebimugasa. Ne kabaka we yennyini yali talina bwamuyamba.

Kubisaamu omutima gwa Naamani kye gwaliko ng'alaba omubiri gwe ogwali-omulamu nga guvunda buli lunaku! Era, na bantu b'omu maka ge baamwebalamanga, nga batya nti n'abo, olumu bayinza okukkwatibwa ekirwadde ekyo. Olowooza Naamani yawulira kyenkana nti talina kyagasa?

Kyokka, Katonda yalina enteekateeka ennungi eri Naamani, omukulu w'eggye ow'amawanga. Waliwo omuwala omuto eyali awambiddwa okuva mu Israel, era nga ebiseera ebyo yali aweereza mukyala wa Naamani.

Naamani awonyezebwa oluvanyuma lw'okuwuliriza omuddu we

Omuwala ono, wadde yali muto, yamanya engeri ekizibu kya Naamani gye kiyinza okuwonyezebwaamu. Omuwala yali akkiriza nti Erisa, Nnabbi mu Samaliya, yali asobola okuwonya ekirwadde kya mukama we. Bwatyo nga tatidde yababuulira amawulire ag'amaanyi ga Katonda ag'olesebwa okuyita mu Erisa agayinza okuwonya mukama we. Teyasirika busirisi naddala mu kintu kye yalinamu okukkiriza okungi. Oluvannyuma lw'okuwulira amawulire gano, Naamani yategeka ebiweebwayo bye n'amazima gonna era n'agenda okulaba nnabbi.

Olowooza kiki eky'atuuka ku Naamani? Yawonera ddala n'amaanyi ga Katonda agaali ne Erisa. Era n'agamba n'okugamba nti, *"Laba nno, ntegedde, nga tewali Katonda mu nsi zonna wabula mu Israeri"* (2 Bassekabaka 5:15). Naamani teyawonyezebwa ndwadde ye yokka, wabula n'ekizibu ky'omwoyo gwe kyawonyezebwa.

Olugero luno, Yesu alwogerako mu Lukka 4:27: *"Era waaliwo abantu bangi abagenge mu Isiraeri mu biro bye Erisa nnabbi, tewali n'omu ku bo eyalongoosebwa, wabula Naamani yekka Omusuuli."* Lwaki Naamani ow'amawanga ye yekka ey'awonyezebwa wadde waaliyo abagenge bangi mu Isiraeri? Ekyo kyabaawo lwakuba omutima gwa Naamani gwali mulungi ddala era nga mwetowaaze okuba nga yali asobola okuwuliriza amagezi ag'amuweereddwa. Wadde Naamani yali munnamawanga, Katonda yamutegekera ekkubo ery'obulokozi kubanga yali musajja mulungi, nga mukulu w'eggye omwesigwa eri kabaka we, omuweereza eyayagalanga ennyo abantu be ng'asobola n'okufa ku lwabwe.

Wabula, singa omuwala teyatuusa bubaka obw'amaanyi ga Erisa eri Naamani, yandifudde nga tawonyezeddwa, wadde okufuna obulokozi. Obulamu bw'omulwanyi namige era ow'omugaso ddala bwabeerawo olw'emimmwa gy'omuwala omuto.

Buulira enjiri nga teweetya

Nga bwe kyali ku Naamani, abantu bangi abakwetooloodde bakulindiridde gwe okuggula akammwa ko. Ne mu bulamu bwe nsi eno, bali mu kubonaabona n'ebizibu bingi mu bulamu era nga batambula badda eri ggeyeena buli lunaku. Nga kijja kuba kya nnaku nnyo bwe banaaba baakubonaabona olubeerera

Ggeyeena

kyokka nga bamaze n'okuyita mu bulamu obuzibu ne ku nsi kuno! N'olwekyo, abaana ba Katonda balina okubuulira enjiri nga tebeetya eri abantu ng'abo.

Katonda ajja kusanyuka bya nsusso nga, okuyita mu maanyi ga Mukama, abantu abaali ab'okufa bafuna obulamu, era abo abaali babonaabona ne bateebwa. Era Ajja n'akubakulaakulanya era abafuule balamu, ng'abagamba nti, "Oli mwana wange azzaamu omwoyo gwange amaanyi." Era, Katonda ajja kubayamba okufuna okukkiriza okw'amaanyi okusobola okubayingiza mu Yerusaalemi Empya, eyo Namulondo ya Katonda gyesangibwa. Ye ate, abantu abo bennyini bewabuulira enjiri ey'amawulire amalungi era ne bakkiriza ne Yesu Kristo olowooza tebaabeera basanyufu nnyo gyoli olw'okukibakolera?

Abantu mu bulamu buno bwe batafuna kukkiriza kumala okulokolebwa, tebalifuna "mulundi mulala" omulundi ogumu era bagenderewo mu ggeyeena. Wakati mu kubonaabona okutaggwaawo n'obulumi, baba basobola kwejjusa na kulaajana emirembe gyonna.

Gwe okuba nga owulidde enjiri era n'okkiriza Mukama olwaleero, waaliwo okwewaayo Kunene nnyo mu bajjajjaffe ab'okukkiriza bangi ddala, ng'abamu battibwa n'ebitala, ne basuulibwa mu gasodde okuliibwa, oba ne baaniriza okufa ng'abajjulizi olw'okubuulira amawulire amalungi.

Olwo, olina kukola otya, nga kati bw'okimanyi nti walokolebwa okugwa mu ggeyeena? Olina okufuba nga bwosobola okusumulula emyoyo mingi okulema okugwa mu ggeyeena wabula gigwe mu mikono gya Mukama. Mu 1 Bakkolinso 9:16, omutume Paulo yayogera ekiruubirirwa kye

Lwaki Katonda Kwagala Yalina okutegeka Ggeyeena?

n'omutima oguyaayaana: *"Kubanga bwe mbuulira enjiri siba na kya kwenymiriza; kubanga nnina okuwalirizibwa; kubanga zinsanze bwe ssibuulira njiri"*

Nsuubira nti ojja kugenda mu nsi n'omutima oguyaayaana ogwa Mukama olokole emyoyo mingi okuva mu kibonerezo eky'olubeerera.

Otegedde ku kifo eky'olubeerera, ekijjudde ennaku, era ekibi ddala ekiyitibwa ggeyeena okuyita mu kitabo kino. Nsaba nti ojja kuwulira okwagala kwa Katonda, oyo atayagala wadde okufiirwa omuntu omu, Obeera bulindaala mu bulamu bwo bwennyini obw'ekikristaayo, era otuuse enjeri eri oyo eyetaaga okugiwulira.

Mu maaso ga Katonda, oli wa muwendo nnyo okusinga ensi yonna era ng'osinga ebintu ebirala byonna mu nsi eno nga bigatiddwa, kubanga watondebwa mu kifaananyi Kye. N'olwekyo, tolina kufuuka muddu wa kibi oyo awakanya Katonda omalirize ng'ogenze mu Ggeyeena, wabula fuuka omwana wa Katonda omutuufu oyo atambulira n'okukolera ebintu byonna mu mazima.

Ne ssanyu lye limu Katonda lye yalina ng'abumba Adamu, Lyakyalina ng'akutambulizaako eriiso n'olwaleero. Ayagala obeere n'omutima omutuufu, okule mu kukkiriza, era ofune ekigera ekijjuvu eky'obujjuvu bwa Kristo.

Mu linnya lya Mukama, Nsaba nti mujja kukkiriza Yesu Kristo era mufune emikisa n'obuyinza ng'omwana wa Katonda ow'omuwendo, obeera ng'osobola okukola omulimu

Ggeyeena

gw'omunnyo n'ekitangaala mu nsi, era okulembera abantu abatabalika eri obulokozi!

Ebifa ku Muwandiisi:
Dr. Jaerock Lee

Dr. Jaerock Lee Yazaalibwa Muan, ekisangibwa mu ssaza lye Jeonnam, mu Nsi ye Korea, mu mwaka gwa 1943. Ng'ali mu myaka amakumi abiri, Dr. Lee yabonaabona n'endwadde nnyingi ez'olukonvuba okumala emyaka musanvu era ng'alinda bulinzi kufa awatali ssuubi lya kuwona. Wabula lumu mu biseera eby'omusana mu mwaka gwa 1974, yatwalibwa mwannyina mu kanisa era bwe yafukamira wansi okusaba, amangu ago Katonda Omulamu n'amuwonya endwadde ze zonna.

Okuva Dr. Lee bwe yasisinkana Katonda Omulamu okuyita mu ngeri ennungi bw'etyo, ayagadde Katonda n'omutima gwe gwonna era n'amazima, era mu mwaka gwa 1978 yayitibwa okuba omuweereza wa Katonda. Yasaba n'amaanyi ge gonna asobole okutegeera obulungi okwagala kwa Katonda, alyoke akutuukirize mu bujjuvu era agondere Ebigambo bya Katonda byonna. Mu 1982, yatandika ekanisa eyitibwa Manmin Central Church esangibwa mu kibuga Seoul, eky'omu nsi ye Korea, era eby'amagero bya Katonda ebitabalika, omuli okuwonya okw'ebyamagero bizze bibeerawo mu kanisa ye.

Mu 1986, Dr. Lee yatikkirwa ku mukolo Annual Assembly of Jesus ogwali mu Sungkyul Church of Korea, n'afuuka omusumba era oluvanyuma lw'emyaka ena mu mwaka gwa 1990, obubaka bwe bwatandika okuzanyibwa ku butambi mu nsi ya Australia, Russia, Philippines, n'ensi endala nnyingi ku mikutu nga Far East Broadcasting Company, Asia Broadcast Station, ne Washington Christian Radio System.

Nga wayise emyaka esatu mu 1993, Manmin Central Church yalondebwa okuba "emu ku kanisa 50 ezikulembedde mu nsi yonna" nga bino byafulumizibwa aba *Christian World* magazine (ng'efulumira mu Amerika) era n'afuna ekitiibwa ky'obwa Dokita mu By'eddiini okuva mu ttendekero eriyitibwa Christian Faith College, eky'omu kibuga Florida, ekisangibwa mu Amerika, era mu 1996 yaweebwa eky'obwa ssabakenkufu mu ttendekero lye Kingsway Theological Seminary, eky'omu kibuga Iowa, mu Amerika.

Okuva omwaka gwa 1993, Dr. Lee akulembeddemu okutambuza enjiri mu nsi yonna okuyita mu kuluseedi ennyingi z'akubye emitala w'amayanja nga kuluseedi eyali e Tanzania, Argentina, L.A., Baltimore City, Hawaii, ne New York City eky'omu Amerika, Uganda, Japan, Pakistan, Kenya, Philippines, Honduras, India, Russia, Germany, Peru, Democratic Republic of the Congo, ne Israel. Mu 2002 empapula ez'amaanyi mu Korea z'amuyitanga "omusumba ow'ensi yonna" olw'emirimu gye mu nsi ez'enjawulo gye yakubanga Kuluseedi ennene ennyo.

Mu mwezi Decemba 2016, Manmin Central Church ebadde eweza ba memba abassuka mu 120,000. So nga erina amatabi g'ekanisa amalala 11,000 agali mu Korea n'emu nsi endala, era n'aba minsani 102 beebakasindikibwa mu nsi 23, omuli ne Amerika, Russia, Germany, Canada, Japan, China, France, India, Kenya, n'endala nnyingi.

Ekitabo kino w'ekifulumidde, Dr. Lee abadde awandiise ebitabo ebirala 105, omuli ebisinze okutunda nga *Okuloza ku Bulamu Obutaggwaawo nga si n'afa, Obulamu Bwange, Okukkiriza Kwanga I & II, Obubaka Bw'Omusalaba, Ekigera Okukkiriza, Eggulu I & II, Ggeyeena,* ne *Amaanyi ga Katonda.* Ebitabo bye bikyusiddwa okudda mu nnimi ezissuka mu 75.

Waliwo obubaka bwe obuwandiikibwa mu miko gye mpapula z'amawulire ng'olwa *The Hankook Ilbo, The JoongAng Daily, The Dong-A Ilbo, The Munhwa Ilbo, The Seoul Shinmun, The Kyunghyang Shinmun, The Hankyoreh Shinmun, The Korea Economic Daily, The Korea Herald, The Shisa News,* ne *The Christian Press.*

Dr. Lee kati akola ng'omukulembeze w'ebitongole by'obu misani bingi saako ebibiina: nga ye Sentebe wa, The United Holiness Church of Jesus Christ; Permanent President, The World Christianity Revival Mission Association; Ye yatandika era ali ku bboodi ya, Global Christian Network (GCN); Mutandisi era ye sentebe wa Bboodi ya, World Christian Doctors Network (WCDN); era ye yatandika era ye sentebe wa Bboodi ya, Manmin International Seminary (MIS).

Ebitabo ebirala Eby'amaanyi eby'omuwandiisi y'omu

Eggulu I & II

Ekifaananyi ekiraga ekifo ekirungi ennyo abatuuze b'omu ggulu mwe babeera n'ennyinyonyola ennungi ey'emitendera egy'enjawulo egy'obwakabaka obw'omu ggulu.

Obubaka Bw'omusalaba

Obubaka obw'amaanyi obw'okuzuukusa abantu bonna ab'ebase mu mwoyo! Mu kitabo kino ojja kusangamu ensonga lwaki Yesu ye Mulokozi yekka n'okwagala okutuufu okwa Katonda.

Okuloza ku Bulamu Obutaggwaawo nga si n'afa

Obujjulizi bwa Dr. Jaerock Lee, eyazaalibwa omulundi ogw'okubiri era n'alokolebwa okuva mu kiwonvu eky'ekisiikirize eky'okufa era abadde atambulira mu bulamu bw'ekikristaayo obw'okulabirako.

Omwoyo, Emmeeme, n'Omubiri: Ekitabo I & II

Okutegeerera ddala obulungi mu ngeri ey'omwoyo, omwoyo, emmeeme, n'omubiri, nga bino bye bikola omuntu, era abasomi basobola okwetunulamu ne bategeera obulamu kye ki mu ngeri ey'enjawulo era ey'ebuziba.

Ekigera Okukkiriza

Kifo kya kika ki eky'okubeeramu, engule n'empeera ebikutegekeddwa mu ggulu? Ekitabo kino kikuwa amagezi n'okukulung'amya okusobola okupima okukkiriza kwo osobole okuluubirira okukkiriza okusingayo obukulu.

Zuukusa Yisirayiri

Lwaki Katonda amaaso ge agakuumidde ku Yisirayiri okuva olubereberye lw'ensi eno okutuuka leero? Alina nteekateeka ki gyategekedde Yisirayiri mu nnaku ez'oluvannyuma, ezirindirwamu Omununuzi?

Obulamu Bwange, Okukkiriza kwange I & II

Evvumbe ery'omwoyo erisingayo obulungi erigiddwa mu bulamu obwameruka n'okwagala kwa Katonda okutatuukika, wakati mu mayengo g'ekizikiza, n'enjegere ezinyogoga saako obulumi obutagambika.

Amaanyi ga Katonda

Kye kitabo ky'olina okusoma nga kikola ng'ekirung'amya eky'omugaso omuntu mwayinza okuyita okufuna okukkiriza okwa ddala n'okulaba amaanyi ga Katonda.

www.urimbooks.com